ఇంటింట సరస్వతీ పీఠం
సంప్రదాయ సాహితి – 9

AA000418

ప్రతి పద్య చమత్కార చణుండు
చేమకూర వేంకట కవి

విజయ విలాసము

పీఠిక:
విశ్వనాథ సత్యనారాయణ

గౌరవ సంపాదకులు
బొమ్మకంటి వేంకట సింగరాచార్య
బాలాంత్రపు నళినీకాంతరావు

ఎమెస్కో సంప్రదాయ సాహితి

విజయ విలాసము
చేమకూర వేంకట కవి

పునర్ముద్రణ: **జూన్, 2024**

మూల్యం : **రూ. 90/-**

ISBN : 978-93-83652-70-9

కవర్ డిజైన్ : బాపు

ప్రింటర్స్: రైతునేస్తం ప్రెస్, హైదరాబాద్.

ప్రచురణ
ఎమెస్కో బుక్స్ ప్రై. లి.
1-2-7, బానూకాలనీ,
గగన్‌మహల్ రోడ్, దోమలగూడ,
హైదరాబాద్-500029, తెలంగాణ.
e-mail : emescobooks@yahoo.com
www.emescobooks.com

బ్రాంచ్ ఆఫీసు
ఎమెస్కో బుక్స్ ప్రై. లి.
33-22-2, చంద్రం బిల్డింగ్స్
సి.ఆర్. రోడ్, చుట్టుగుంట
విజయవాడ-520004, ఆంధ్రప్రదేశ్.
ఫోన్ : 0866-2436643
e-mail : emescovja@gmail.com
       sahithi.vja@gmail.com

విషయానుక్రమణిక

అవతారిక: ఇష్ట దేవతా స్తుతి (39), కృతిపతి వంశ ప్రశస్తి (41), రఘునాథ నాయకుని రమణీయ గుణ గణములు (42), కృతి సమర్పణము (46), షష్ఠ్యంతములు (53), కథా ప్రారంభము: ఇంద్రప్రస్థ పురీ వైభవము (55), ధర్మరాజు ధర్మపాలనము (60), అర్జునుని సౌశీల్యాదులు (62), గదుఁడు గావించిన సుభద్రా సౌందర్య ప్రశంస (62), సమయ భంగమునకై యర్జునుఁడు తీర్థయాత్ర కేఁగుట (64), అర్జునుఁడు గంగా భవానిని స్తుతించుట (65), గంగా తీరమున నాగకుమారి యులూచి యర్జునుని గాంచి మరులు గొనుట (67), ఉలూచి యర్జునుని సోయగమును మెచ్చుట (68), భోగవతిలో నర్జునుఁడు ఉలూచి విభ్రమము చూచి సంభ్రమాశ్చర్యముల నొందుట (70), ఉలూచి యర్జునుల సరస సంవాదము (73), అర్జునుఁడు ఉలూచిని సుఖ సాగరమునఁ దేల్చుట (76), ఇలావంతుని జననము (77), ఉలూచి యర్జునునకు వీడ్కో లొసఁగుట (77), అర్జునుఁడు తన నెచ్చెలి విశారదునితో నులూచీ ప్రణయ ప్రసంగమును వర్ణించుట (77), అర్జునుని యనంతర తీర్థయాత్రా ప్రకారము (80), అర్జునుడు

పాండ్యరాజ సుత చిత్రాంగతదను జూచి విరాళి గొనుట (82), సాయంకాల శోభ (85), విశారదుఁడు పెండ్లి రాయబారము నడుపుట (86).

ద్వితీయశ్వాసము 89-127

విశారదుఁడు మలయధ్వజుని యాశయము నర్జునునకు విన్నవించుట (90) చిత్రాంగదా వివాహ మహోత్సవము (91), చిత్రాంగదార్జునుల పడుకటింటి ముచ్చటలు (94), బభ్రువాహన జననము (96), సౌభద్ర తీర్థమందలి మకరములు శాప మోక్షణము (97), నంద మొదలగు నచ్చర కాంతల చరిత్ర (98), వేలువు మంచుఁఖు లర్జునుని బలవైభవాదుల నభినందించుట (102), అర్జునుని కపట సన్యాస ష స్వీకారము (104), కృష్ణుఁడర్జునుని రైవతక పర్వతమున నిలుపుట(105), యాదవుల రైవతకోత్సవ సన్నాహములు (105), అర్జునుఁడు సుభద్ర రూపురేఖలఁ గాంచి పరవశుఁడగుట (107), బలరాముఁడు కపట త్రిదండిని ద్వారక కాహ్వానించుట (110), బలరాముఁడు సన్న్యాసిని సత్కరింప సుభద్రను నియోగించుట (111), కుహనా సన్న్యాసికి సుభద్ర పరిచర్య (113), అర్జున సన్న్యాసి యనుష్ఠాన వైచిత్రి (114), సన్న్యాసి సుభద్రకు శకున శాస్త్రము చెప్పుట (118), సుభద్ర యర్జునుని వృత్తాంతమును యతి నడుగుట (118), సన్న్యాసి తానే యర్జునుఁడని బయటపడుట (120), అర్జునుఁడు గాంధర్వ వివాహ వోవుట (123). మాడుమని సుభద్ర నర్థించుట (121), సరసోక్తులతో సుభద్ర తప్పించుకుని పోవుట(123).

తృతీయాశ్వాసము 128-175

అర్జునుని మదన తాపము (129), సుభద్ర విరహాతిశయము (132), పదినెలు సుభద్రతో మేలము లాడుట (134), చెలులు సుభద్రకు శిశిరోపచారములు గావించుట (136), మన్మథోపాలంభనము (138), మలయాని లోపాలంభనము (138), చంద్రోపాలంభనము (139), కోకిలా ద్యుపాలంభనము (140), అంతద్వీపమున శివుని జాతర (143), ద్వారకలో శ్రీకృష్ణుని యాధ్వర్యవమున

తెలుగు విందు మరొక్కమారు

వెయ్యేళ్ల తెలుగు సాహిత్యంలో స్వర్ణయుగంగా కీర్తించబడ్డ ప్రబంధయుగానికి చెందిన అపూర్వ కావ్యాలను, ఆ యుగానికి ముందు వెనకలుగా వచ్చిన మరికొన్ని మేలిమి కావ్యాలతో కలిపి ఎమెస్కో సంప్రదాయ సాహితి పేరిట గతంలో రసజలోకానికొక తెలుగు విందుని అందించటం సుప్రసిద్ధమే. ఏళ్లు గడిచినా తీపి తరగని ఆ విందుని తెలుగువారికి ఎమెస్కో మరొక్కమారు వడ్డిస్తోంది. శ్రీనాథునితో మొదలుకుని సారంగు తమ్మయదాకా ఇందులో చోటు చేసుకున్న కవులు పదిహేను, పదహారు శతాబ్దాల్లో ఆంధ్ర సాహిత్యాన్ని సుసంపన్నం చేసిన సాంస్కృతిక నిర్మాతలు.

ఈనాడు కొత్తగా సాహిత్యక్షేత్రంలో అడుగుపెట్టే యువతీయువకులకు ప్రాచీన సాహిత్య ద్వారాలు దాదాపుగా మూసుకుపోయాయనే చెప్పాలి. ప్రాచీన తెలుగు సాహిత్యాన్ని ఒక అధ్యయనాంశంగా విశ్వవిద్యాలయాల్లో చదువుకునే కొద్దిమంది విద్యార్థులు మినహా కొత్తతరం సాహిత్యపిపాసులకి ప్రాచీన సాహిత్యంవైపు దివిటీ పట్టే చూపే మార్గదర్శీ లేడు, ఆ సాహిత్య జ్యోతుల కాంతులవైపు విప్పుకునే నేత్రాలూ లేవు.

నాకు తెలిసి ఇటువంటి అవస్థ ప్రపంచంలో మరే సాహిత్యానికీ లేదు. ప్రాచీన తాంగ్ రాజవంశాల కాలంలో వికసించిన అపూర్వ చీనా కవిత్వానికి ప్రపంచానికి పంచివ్వడానికి కమ్యూనిస్టు చైనాకి ఎటువంటి అభ్యంతరం లేకపోయింది. ప్రాచీన సంగం కాలంనాటి పంచమహాకావ్యాలగురించి చెప్పుకోవడానికి ఏ తమిళుడైనా ఉవ్విళ్లూరుతాడు. షేక్స్పియర్ విషాదాంత నాటకాల్లో ఈర్ష్యా, లోభ, మోహ, మదోన్మత్తులైన రాజకుటుంబీకుల గురించి మాత్రమే ఉంది కనుక, వాటిని చదివి ప్రయోజనం లేదని ఏ సాహిత్య విద్యార్థి కూడా భావించి ఉండడు. జీవితకాలంపాటు కులీన విలువల్ని అన్వేషిస్తూ, వాటిని పైకెత్తి చూపేరచనలు చేసిన పుష్కిన్ సాహిత్యం 'ఆరంభాలకే ఆరంభం' అని ప్రస్తుతించడానికి మాక్సిమ్ గోర్కీకి ఏ సంకోచమూ లేకపోయింది. కాని ఒక్క తెలుగు సాహిత్య ప్రపంచంలో మాత్రమే ఆధునిక తెలుగు యువతరానికి, ముఖ్యంగా విద్యాధికులకు శ్రీనాథుడెవ్వరో, పెద్దన ఎవ్వరో, పారిజాతాపహరణ కావ్యమేమిటో తెలియకుండానే ఆ కవులపట్ల, ఆ కావ్యాలపట్ల ఎంతో చిన్నచూపు.

ఒక కవి ఆనాటి సాంఘిక పరిస్థితులపట్ల ఎటువంటి సమ్మతిని లేదా అసమ్మతిని కనబరిచాడు అనేదాన్ని బట్టి ఆ కవిని అంచనా వెయ్యడం సాహిత్య విమర్శనలో రెండవరకం అనుశీలన. అంతకన్నా శ్రేష్టమైన పరిశీలన, ఆ కవి అభివ్యక్తి పరిశీలన. ఆ కవి తన జీవలక్షణాన్ని మనకు ఎంత 'అపూర్వంగా, హృద్యంగా' తెలియపర్చాడన్నది.

అంతమాత్రాన ప్రాచీన తెలుగుసాహిత్యం ప్రాచీన సమాజాన్ని ప్రతిబింబించలేదని కాదు. ఆయా కాలాల్లో సంభవించిన సాంఘిక - రాజకీయ - సాంస్కృతిక పరిణామాల్ని

ప్రతిబింబించడంలో ప్రాచీన తెలుగు సాహిత్యం ఎంతో చలనశీలంగా, సంస్పందనశీలంగా, సజీవంతంగా గోచరిస్తుంది.

ఇంకా చెప్పాలంటే ప్రాచీన తెలుగు సాహిత్యం అర్థంకాకుండా ప్రాచీన ఆంధ్రదేశ చరిత్ర మనకి బోధపడదని కూడా అనాలి. పదిహేనో శతాబ్ది ప్రారంభంలో సంస్కృత నైషధాన్ని అనుసృజిస్తూ శ్రీనాథుడు దానికి శృంగార నైషధం అని ఎందుకు పేరు పెట్టాడో, పదహారవ శతాబ్దిలో శ్రీకృష్ణదేవరాయలు తన ఆముక్తమాల్యదలో 'తృణీకృతదేహుడైన' మాలదాసరి కథని ఎందుకంత ఉత్కృష్టంగా చెప్పాడో అర్థం కావాలంటే ప్రాచీన చరిత్ర, తాత్త్విక భావధోరణులపట్ల అవగాహన తప్పనిసరి. చరిత్ర, సాహిత్యం, తత్త్వశాస్త్రాల సమగ్రమైన మేళవింపుతో చక్కని తెలుగు సాహిత్యానుశీలన కూడా ఇంకా రావలసే వుంది.

యూరోప్‌లో సాంస్కృతిక పునరుజ్జీవన నిర్మాతల్లో ఒకడూ, సుప్రసిద్ధ చిత్రకారుడూ అయిన లియోనార్డో డావిన్సీ చిత్రకళ గురించి రాస్తూ ఒక రసజ్ఞుడు డావిన్సీ సమస్య కేవలం మానవత్వ మహిమను చిత్రించడమే కాక, ఆ చిత్రాలు కాలంతాకిడికి చెడిపోకుండా భద్రపరచడమెలా అన్నదికూడా అని అన్నాడు. ప్రబంధయుగపు ప్రతి కవీశ్వరుడికీ కూడా ఆ మాట వర్తిస్తుంది. ప్రతి ఒక్క కవీ తన కావ్యానికీ శాశ్వతత్త్వం సిద్ధింపచేయడమెట్లా అన్న అన్వేషణతోనే కావ్యసృజనకి పూనుకున్నాడని మనకి తెలుస్తూనే వుంటుంది. తన సృజనకి కేంద్రబిందువు ఏదన్న అన్వేషణ కవిదైతే, తన రాజ్యానికి ఆధారప్రాతిపదిక ఏదన్న అన్వేషణ రాజుది.

దేహాన్ని నిరాకరించిన ధర్మాలు ఒకవైపూ, దేహమే ఆలంబనగా వికసించిన వివిధ జీవితవృత్తులు మరొకవైపూ ఆనాటి ప్రజానీకాన్ని సంక్షుభితమొనర్చాయి. తమ కావ్యాలకీ, రాజ్యాలకీ కూడా - ధర్మమా, దైవమా, దేహమా ఏది ప్రాతిపదిక అన్న మీమాంసలో పూర్ణభక్తి ఒక పక్కా, పూర్ణ శృంగారం మరొకపక్కా రెండు తలుపులు తెరిచి నిలబడ్డాయి. ఈ కల్లోలాన్ని ప్రతి ఒక్క కవీ ముందు తనకైతాను, తనకోసం తాను సమన్వయించుకునేందుకు చాలా సంగ్రామమే చేసాడు. యుగధర్మానికి అద్దం పడుతూనే శృంగారాన్నీ, నిర్వేదాన్నీ సమన్వయించుకోవడంలో అసమాన ప్రతిభను చూపినందువల్లనే అల్లసాని పెద్దన ఆంధ్ర కవితా పితామహుడయ్యాడు.

దేహానికీ, దైవానికీ మధ్య జరిగిన సంగ్రామాన్ని ఒకప్పుడు ప్రాచీన గ్రీకు నాటకకర్తలు సాఫొక్లిజ్, యురిపిడిస్ వంటివారు అజరామరంగా చిత్రించారు. సాహిత్యకౌశల్యంలో, వస్తువివేచనలో, అభివ్యక్తి గాఢతలో ఆ సాహిత్యానికి దీటుగా ప్రపంచ సాహిత్యంలో నిలబడజాలింది మన ప్రబంధ సాహిత్యం.

ఆలోచించండి, ఆస్వాదించండి.

హైదరాబాద్ — వాడ్రేవు చినవీరభద్రుడు

8, నవంబరు, 2005

ప్రకాశిక

మన ప్రాచీన సాహిత్యంపట్ల ఆధునిక సాహిత్య రసజ్ఞుల ఆసక్తిని, అభిరుచిని పునరుజ్జీవింపజేయటం అవసరమనీ, 'దేశ భాషలందు తెలుగు లెస్స' అన్న అనుపమ ఖ్యాతికి ప్రధాన హేతువులైన ప్రాచీన కావ్యాల పరిచయం నవ సాహిత్యకులకు ఆవశ్యకతమనీ, దానివల్ల వారి సాహితీ రసజ్ఞత పరిపుష్టమై తెలుగు పలుకుబడుల ఒడుపులు, ఒయ్యారాలు వారు చక్కగా గ్రహించి ఆనందించగలరనీ విద్వన్మిత్రులు చేసిన సూచనలను దృష్టిలో ఉంచుకొని తెలుగు సాహిత్యంలో సువిఖ్యాతాలైన 21 కావ్యాలను ఇదివరలో ఎమెస్కో సంప్రదాయ సాహితిలో వెలువరించడం జరిగింది.

వివిధ పత్రికలలో వెలువడిన సమీక్షలు, సాహితీ ప్రియులెందరో పంపిన అభినందన లేఖలు, అన్నింటికన్నా ఈ పుస్తకాలు చురుకుగా పంపకం అవటంలో పాఠకులు, పుస్తక విక్రేతలు చూపించిన ఉత్సాహం ఈ ప్రచురణల అగత్యాన్ని, ఆదిలో సాహితీహితైషులైన విద్వాంసులు చేసిన సూచనలోని ఔచితిని నిస్సంశయంగా నిరూపించినది.

సంప్రదాయ సాహితీ ప్రచురణలను అభినందించిన కొందరు మిత్రులు మాకు కొన్ని సూచనలు కూడా చేశారు. ఈ కావ్యాలు టీకా తాత్పర్యాలతో ప్రచురిస్తే చాలినంత భాషాజ్ఞానం లేని పాఠకులకు కూడా ఉపయోగకరంగా ఉంటాయని కొందరూ, కనీసం కొన్ని కఠిన పదాలకైనా అర్థాలు (లఘుటీక) ఇవ్వటం మంచిదని మరికొందరూ సలహాలిచ్చారు. పీఠికలు ఆయా కవుల్ని గురించి ప్రత్యేక కృషి చేసిన పలువులు విద్వాంసులచేత వ్రాయించటం మంచిదన్నది మరొక సలహా.

ఈ ప్రచురణల యందు ఆదరభావంతో చేసిన ఈ సూచనలకు కృతజ్ఞులం. అయితే ఈ ప్రచురణల ఆశయం సాధ్యమైనంత తక్కువ వెలకు, సులభంగా చేతబట్టి చదువుకొనటానికి వీలయిన, ముచ్చటైన చిన్ని సంపుటాలుగా, ముఖ్యంగా నవసాహిత్యకులకు అనువుగా, విస్తృతంగా పంపకం చేయటం అని ఆదిలో మేము చేసిన వివరణ దృష్ట్యా ఈ సూచనల ఆచరణీయతను పరిశీలించవలసి వుంది.

ఇంతవరకు 'సంప్రదాయ సాహితి' పరంపరలో వెలువరించిన ప్రముఖ కావ్యాలు: 1. మనుచరిత్ర, 2. వసుచరిత్ర, 3. ఆముక్తమాల్యద, 4. పాండురంగమాహాత్మ్యము, 5. శృంగార నైషధము, 6. పారిజాతాపహరణము, 7. శ్రీకాళహస్తి మాహాత్మ్యము, 8. ప్రభావతీ ప్రద్యుమ్నము, 9. విజయవిలాసము, 10. హరవిలాసము, 11. శృంగర శాకుంతలము, 12. మొల్లరామాయణము, 13. వైజయంతీ విలాసము, 14, 15. కళాపూర్ణోదయము (రెండు భాగములు), 16. బిల్హణీయము, 17. అహల్యా సంక్రందనము, 18. రాధికా సాంత్వనము, 19. శశాంక విజయము, 20. క్రీడాభిరామము, 21. అనిరుద్ధ చరిత్ర.

ఈ ప్రచురణలకు సదా మీ సహకారం ఆశిస్తూన్న

భవదీయ

దూపాటి విజయకుమార్

పీఠిక

విశ్వనాథ సత్యనారాయణ

ఈ గ్రంథము పేరు విజయ విలాసము. ఈ గ్రంథకర్త చేమకూర వేంకటకవి. వెంకన్న అని కూడా అందురు. ఆయన తండ్రి పేరు లక్ష్మన్న. లేదా లక్ష్మణామాత్యుడు. ఆయన గూడ పెద్ద కవియే! వీరి యింటి పేరు చేమకూర వారు. ఈ గ్రంథమొక చమత్కారమైన గ్రంథము. ఈ గ్రంథములో ఉన్న సొగసును జూచి యెవరో యొక రసికుడు చేమకూర మంచి పాకాన పడినది అన్నాడట!

అనుచిత విమర్శలు!

ఈ వేంకటకవి ఆ లక్ష్మణకవికి పెండ్లియాడిన భార్యయందు జనించలేదని ఒక యప్రతిష్ఠ కలదు. మన పూర్వ మహాకవులలో చాలామందికి నేదో యొక యప్రతిష్ఠ మనవాండ్రు తగిలించుచు వచ్చుచునే యున్నారు. వారి కావ్యములు చదివి రసానందము తక్కువ పొందెడివారు ఇట్టి ప్రతిష్ఠలు పూర్వుల కాపాదించుచుందురు. మనకెందుకు?

ఈ గ్రంథము మొదట వేంకటకవి తన వంశమును గూర్చి చెప్పలేదు. అది కారణమట! నాచన సోమన్న చెప్పలేదు. పోనిండు!

ఈ గ్రంథము పేరు విజయవిలాసము కదా! విజయుడనగా అర్జునుడు. అర్జునునకు పదిపేర్లు కలవు. అర్జునుడు; ఫల్గునుడు; పార్థుడు; కిరీటి; శ్వేతవాహనుడు; బీభత్సుడు; విజయుడు; కృష్ణుడు; సవ్యసాచి; ధనంజయుడు. పిడుగు పడుచున్నప్పుడు ఈ పది పేర్లను పఠించినచో పిడుగు మనమీద పడదట! అర్జునుడంతవాడు అన్నమాట! ఈ పుస్తకమెంత గొప్పదియో విచారించుకొన వచ్చును. ఆ యర్జునుని గూర్చి చెప్పునది కదా! కాని విలాసమన్న మాట బాధించు చున్నది! స్త్రీల యొక్క

శృంగార చేష్టలలో విలాసమన్నది యొకటి. అది స్త్రీల నుండి పురుషులకు కూడా పాకిసట్లున్నది. వస్తువులకు కూడా ప్రాకినది. విలాస కాననము, విలాసమందిరము, విలాస మేఖల, మేఖల యనగా ఒడ్డాణము. లోకములో పైలాపచ్చీసుగా తిరిగెడి పురుషులను గూడ వాడొక విలాస పురుషుడు అనుట కలదు. ఈ విలాస శబ్దము తరువాత తరువాత కొన్ని కావ్యముల పేరుల చివర కూడ కన్పించుచున్నది.

అర్జునుని శృంగార లీలలు

విజయుడు విలాసముగా ప్రవర్తించిన కొన్ని సంఘటనల సమకూర్పు ఈ కావ్యము నందున్నదని అనుకొందుము.

ఈ కావ్యములో ఈ యర్జునుడు మొదట 'ఉలూచి' యను నాగకన్యతో, రెండవసారి 'చిత్రాంగద' అను నొక రాజు కూతురితో మూడవసారి శ్రీకృష్ణునియొక్క చెల్లెలైన సుభద్రాదేవితో చేసిన శృంగారమంతయు నీ గ్రంథములో నున్నది. ఈ నడుమ మరియొక చెడిపోయిన శృంగారము కలదు. అది యెందుకు చెడిపోయినదియో తెలియుట లేదు.

ఇది మూడాశ్వాసముల గ్రంథము. మొదటి యాశ్వాసము ఉలూచి కథ.

ఏ కథలోనైనను సరే! స్త్రీలు, వారి అవయవ వర్ణనలు, శ్లేషలు, యమకములు, పదములను, వాక్యములను, అర్థములను విఱుచుటలు, కొన్ని తెనుగు మాటలు మంచి చమత్కారములుగా వాడుటలు, కొన్ని తెలుగు మాటలలో శ్లేషలు తీయుటలు - ఇవి యన్నియు చేయుటలో - ఇట్లిం కెవ్వడు చేయలేడు అన్న లక్షణములు కన్పించుటలు: మొదటి రెండాశ్వాసములు నిట్లే. ఈ లక్షణము మూడవ యాశ్వాసములో కూడా కొంతయున్నది. కథలోని లక్షణము మారిపోయి మూడవ యాశ్వాసములోని చివరి మూడువంతులు నిట్లు సాగించుటకు వీలులేకపోయినది. కాని విజయవిలాసము విజయ విలాసమని విఱుగబడిపోయెడి జనమంతయు మొదటి రెండుంబావు ఆశ్వాసములలో నున్న ఈ చమత్కారములకు నమ్ముడు పోయియే!!

"పిల్ల వసుచరిత్రము"

ఈ గ్రంథమునకు నొక బిరుదు కలదు. ఆ బిరుదు "పిల్ల వసుచరిత్రము" - అని. ఇందులోని బహుశ్లేషలనుబట్టి ఆ పేరు వచ్చినదని చాలామంది యనుకొందురు. అది కొంత నిజమే కాని, నిజానికా పేరు వచ్చుటకు మరియొక కారణము కలదు.

మన కావ్యములలో కవి సమయము లెక్కువగా నుండును. ఇచ్చట సమయమన్న శబ్దము యొక్క యర్థము దానిది దానిదే! శుక్లపక్షపు వెన్నెల; కృష్ణపక్షపు చీకటి. శుక్లపక్షములో రాత్రుల మొదళ్లు వెన్నెల. కృష్ణపక్షములో రాత్రుల చివళ్లు వెన్నెల! వెన్నెల సమానమే! కాని కృష్ణపక్షమంతయు చీకటి యన్నట్లు, శుక్లపక్ష మంతయు వెన్నెల యన్నట్లు వ్రాయుదురు. ఇదియొక కవి సమయము. కోకిలలో మగ కోకిల కూయును. ఆడ కోయిల కూయదు. కాని కవులు ఆడ కోయిల కూసినట్లు వ్రాయుదురు. మగకోకిల కూసిననే యింత బాగుగా నున్నదే! ఆడకోకిల కూసినచో నింక యెంత బాగుగా నుండునో! అన్న యుత్ప్రేక్షకు సంబంధించిన వర్ణన. ఇది యొక కవి సమయము. ఇట్లే నెమలి పింఛము. పింఛము మగ నెమలిది. ఆడనెమలి కుండదు. నదులలో తామరపూవు లున్నట్లు వర్ణించుట, నదులలో నవి యుండవు. ఇట్టివి కవి సమయములు.

కవి సమయములు, శ్లేషలు, యమకములు

స్త్రీ యొక్క మొగము, కన్నులు, చేతులు, కాళ్లు, ఇవియన్నియు తామరపూవులవలె నున్నవనుట. ఆమె స్తనములు పర్వతములవలె నున్నవనుట. తొడలు అరటి కంబములవలె నున్నవనుట, జుట్టు మేఘమువలె, రాత్రివలె, చమరీ మృగముయొక్క తోకవలె; - ఇవి యన్నియు కొంత సమయములు, కొంత ఉపమాలంకారాదులు.

మన కవులలో కొంతమంది వారి కల్పన యంతయు వీరిమీదనే చేసెడి వారున్నారు. వీనిని పురస్కరించుకొని శ్లేషలు, యమకములు, లోకోక్తులు, వీనిని త్రిప్పి త్రిప్పి క్రొత్త క్రొత్తగా చెప్పెడివారు కలరు.

కవిత్వము నొక దృష్టితో చూచినచో నీ కల్పనలు తక్కువవి కావు.

ఈ కవి, అట్టి వర్ణనలు చేయుటలో, ప్రధానులున్నచో వారిలో రెండవవాడు. మొదటి వాడు వసుచరిత్ర కారుడు. అందుచేత దీనిని పిల్ల వసుచరిత్ర మనవచ్చును.

ఇట్టి కల్పనలలో చమత్కారములు చేయుటకు యోగ్యమైనవి కొన్ని కలవు. ఉద్యానవనము, వసంతకాలము, చెఱువులు, తామరపూవులు, వెన్నెల, చల్లనిగాలి, స్త్రీ యొక్క యవయవములు, సంభోగ శృంగారము, పడకగది మొదలైనవి. ఇట్టి వాని విషయములో తెలుగు భాషలో నొక శబ్ద సముదాయమున్నది. అక్కడికి వచ్చునప్పటికి ఆ శబ్దములే వచ్చును. అవి యన్నియు నొక యందమైన శబ్దములు.

వసుచరిత్రమును మించిన యొదుపులు

ఈ వ్యవహారములు లోకములోనున్నవి. కావ్యములలో వానికి వంద రెట్లెక్కువ యుండును. ఆ శబ్దములు వేరు, ఆ వర్ణనలు వేరు, ఆ కల్పనలు వేరు. ఇట్టి భాగములలో ప్రత్యేకములైన తెలుగు శబ్దములు కలవు. వానిని వసుచరిత్రకారుడు సమృద్ధిగా వాడెను. ఈ వేంకటకవి అంతకంటె నెక్కువ సొగసుగా, ఒడుపుగా, ఒయ్యారముగా వానిని వాడగలడు. మరికొన్ని క్రొత్త శబ్దములను కూడ తెచ్చెను.

దీనికి కారణము కలదు. ఈయన తంజావూరు కవి. తంజావూరు కవులలో శృంగార రసమెక్కువ. ఆ రాజులు శృంగార రసప్రియులు. రఘునాథనాయకుడు, అంతకుమించి విజయరాఘవ నాయకుడు శృంగారరసములో మునగానాం తేలానాం అయిన రాజులు. ఉంపుడుకత్తెలు గొప్ప పండితురాండ్రైన నాట్యకత్తెలు. భరతనాట్యము, యక్షగానములు, ఆ తంజావూరు సాహిత్య మది యొక విలక్షణమైన సాహిత్యము.

ఈ కవి అచ్చటివాడు.

నిజముగా నిది కావ్యమనుటకు వీలులేదు. ప్రధానమైన కథ లేదు, ఉన్నచో చివరి యాశ్వాసములో నున్నది. కావ్యముయొక్క ప్రతిష్ఠ మొదటి రెండాశ్వాసముల మీద నున్నది.

శృంగార మేకస్త్రీ సంబంధమైనది కాదు. కథ చెప్పునప్పుడు మొదటి రెండు శృంగారముల స్వరూపము చెప్పబడును.

పరమ కాముకతలో వైరాగ్యము

ఈ కావ్యమును మనము చదువుటకు ప్రారంభింపక పూర్వము ఒక నిర్ణయము చేసికొనవలెను. ఈ కథ అర్జునుని గురించి, అర్జునుడెవ్వరు? పాండవ మహావీరుడు, ఖాండవ వనము దహించినవాడు. కాలకేయాదులను సంహరించినవాడు. శివుని గెలిచి పాశుపతమును తీసికొన్నవాడు. పూర్వము నరనారాయణులన్న ఋషులుండెడి వారు. నారాయణుడు భగవంతుడు శ్రీకృష్ణుడు. ఈ యర్జునుడు నరుడు. సర్వకౌరవసేనను నిర్జించినవాడు. అన్నిటికంటె భగవంతుడు తన గీతోపదేశమును ఈయనకు చేసెను. ఈ యర్జునుని గురించి ఎంతయైనను చెప్పవచ్చును.

ఈ కావ్యములో నవి యేవియు లేవు. ఆయన శృంగారమునకు సంబంధించిన మూడు కథలు మాత్రమే కలవు.

ఈయనను చూచినచో పరమ కాముకుడు. మరల చూచినచో విచిత్రమైన వైరాగ్యము కలవాడు. ఈ వైరాగ్యము ధ్వనితమగుచుండును. ప్రత్యక్షము కాదు. అందుచేత నొక్కొక్కప్పుడు ఇతడెంత హృదయము లేనివాడు! అనిపించును.

ప్రతి పద్యమును చదువవలసినది

అందుచేత నీ కావ్యమున శృంగారరస సంబంధమైన వర్ణనలలో వేంకటకవి చూపించిన అనంతమైన, విశిష్టమైన చాతుర్యము, నైపుణ్యమును మాత్రమే చూడవలయును. ఒక రసము, ఒక కథ, రసపోషణము, వీని జోలికెక్కువ పోరాదు.

నిజానికి ఈ గ్రంథమునకు కథ వ్రాయకూడదు. కాని మనమిప్పుడు కథలే వ్రాయు చున్నాము. నిజానికి పాఠకుడు ప్రతి పద్యమును చదువవలయును. ఆ చమత్కారములను భావించవలయును. వానియందు రమింపవలయును.

ఇప్పుడు కథ!

ఇంద్రప్రస్థపురమున్నది. ఆ వర్ణన యున్నది. ఆ మేడలు చాలా ఎత్తు. ఆ మేడలమీద బాలికలు గుజ్జనగూళ్లు వండుచుందురు. చంద్రునిలో నున్న కుందేలుని రెమ్మదమను కొందురు. ఈ రెమ్మట యితడు ప్రయోగించిన శబ్దము. ఇంతలో చంద్రుడు వెడలిపోవును. "వీడు వంట యింటి కుందేలు ఎచ్చటికి పోవునులే" అని వారూరకుందురు.

ఆ యూరిలో వలినాలి తెమ్మెరలు గలవు. చల్లని నాలి గాలులు. నాలిముచ్చు అందురు. అవి పెండ్లి నడపులు నడుపునట! దాని కొక శృంగార భావకల్పనము.

అలంకార వైచిత్రి

ఆ యూరికి రాజు ధర్మరాజు. ఆయన తమ్ముడు అర్జునుడు. ఇచట నొక పద్యము చూచినచో అతనియొక్క కల్పనాలక్షణము తెలియును. ఈ యర్జునుడు అందములో జయంతుని తమ్ముడు. జయంతు డింద్రుని కొడుకు. అర్జునుడు కూడా నింద్రుని కుమారుడే! అది నిజమే! కాని మిక్కిలి యందగాడని వేరు అర్థము వచ్చుచున్నది. దయారసములో శ్రీకృష్ణుని ప్రాణ స్నేహితుడు. యుద్ధములను గెలుచుటలో శివుని కెదురు నిలువ గలవాడు. ఇవి నిజములు. కాని యర్జునుని యొక్క గుణాతిశయమును చెప్పుట కత డుపయోగించును.

"పాఱఁజూచిన రిపు సేన పాఱఁ జూచు"

పరకాయించి చూచినచో శత్రువుల సేన పారిపోవునని యర్థము.

"వింటి కొరగిన రిపు రాజి వింటి కొరగు" (1-29)

విల్లు - ధనుస్సు; విన్ను - ఆకాశము.

విల్లు - ధనుస్సు; విన్ను - ఆకాశము. రెండు నౌప విభక్తికములు. అనగా తక్కిన విభక్తులు వచ్చునప్పుడు వానికి టి, ంటి, తిలు వచ్చును. రెంటికిని షష్ఠీ విభక్తి చెప్పునప్పుడు - వింటికి, వింటికి- అగును. అతడు ధనుస్సు పుచ్చుకొన్నచో శత్రువులు చనిపోదురని యర్థము.

అలంకారములు రెండు విధములు. మొదటి విధము అర్థాలంకారములు. ఉపమా, ఉత్ప్రేక్ష, శ్లేష మొదలైనవి. రెండవ రకము వృత్త్యనుప్రాసము, ఛేకానుప్రాసము, యమకము మొదలైనవి. యమకమనగా నొకటికన్న నెక్కువ యక్షరములు వచ్చినవే వచ్చుట.

ఇందులో పంచచామరమన్న వృత్తమున్నది. ఆ వృత్తము "కనన్" అన్న రెండ క్షరములతో మొదలుపెట్టును. నిలోకనన్ ఈ చివరి రెండక్షరములను రెండవ చరణము మొదటికి తెచ్చును. 'కాకనన్' ఈ రెండు అక్షరములను మూడవ చరణము

మొదటికి తెచ్చును. నాలుగవ చరణము మొదట "కనన్ మనోజ్ఞరేఖలు" అని వ్రాసినాడు. మొదటి కనన్ - అనగా చూడగా అని అర్థము. అది తెలుగు మాట. ఈ కనన్ మనోజ్ఞలోని మొదటి 'కనన్' సంస్కృతపు మాట. శబ్దము కనత్ - తరువాత మకారము రాగా ఈ తకారము నకారమైనది. ఈ రీతిగా యమకము కుదిరినది.

ఇది సుభద్ర వర్ణన.

ఒకనాడు ద్వారకనుండి గదుడనువాడు కృష్ణుడు పంపగా వచ్చి సుభద్రను గూర్చి యర్జునునితో వర్ణించి చెప్పనారంభించెను.

అర్జునుడు సుభద్రయం దనురక్తుడగుట

గదుడు, సాంబుడు, ప్రద్యుమ్నుడు, సాత్యకి వీరందరు యదువీరులు. ఈ గద సాంబులు ప్రభావతీ ప్రద్యుమ్నములో వచ్చిరి కదా! అతడే యితడు. కాని యిక్కడ నిది కావ్యముగా చేయవలయునన్న వేంకటకవి ప్రయత్నము కన్పించుచున్నది. పంపించినది కృష్ణుడు. కృష్ణునకు తన చెల్లెలైన సుభద్ర నర్జునున కీయవలెనని యున్నది. బలరాముడొప్పుకొనడు. ఆయన సుభద్రను తన శిష్యుడైన దుర్యోధనున కీయవలెనని సంకల్పించెను. మొదటినుండియు బలరామకృష్ణుల మధ్య నీ భేదముండనే యున్నది. బలరాముడు దుర్యోధనుని పక్షము. కృష్ణుడు పాండవుల పక్షము. చివరి యాశ్వాసములో నీ భేదము మిక్కిలియు కన్పించును. ఇప్పటినుండి సుభద్రయొక్క సౌందర్యముయొక్క వర్ణనము.

"జగ మెఱుంగు దాని జగ మెఱుంగు" దానియొక్క జగా మెరుగు. జగా అనగా అతిశయమైన. దీర్ఘము తగ్గించినాడు.

ఈ రీతిగా గదుడు వర్ణించునప్పటికి అర్జునున కామెమీద ప్రేమ యేర్పడినది.

భూ ప్రదక్షిణ యాత్ర

పాండవుల కైదుగురకు కలిసి ద్రౌపది భార్య కదా! వారిలో నొక కట్టడి కలదు. ఆమె యొక్కొక్క యేడాది యొక్కొక్కని భార్య, ఏ సంవత్సర మెవ్వరి భార్యయో ఆ సంవత్సరమంతయు తక్కిన వారు నలుగురును వారి పడకటింటిలోనికి పోరాదు.

వెళ్ళినచో ఒక సంవత్సరము భూప్రదక్షిణము చేసిరావలయును. అప్పుడు ధర్మరాజు గారి వంతు. ఒక బ్రాహ్మణుని ఆవును దొంగలెత్తుకొనిపోయిరి. ఆ బ్రాహ్మణునకు సాయము చేయుటకు ధనుస్సును, బాణములును ధర్మరాజు యొక్క పడకగది ప్రక్కగదిలో నున్నవి. వానిని తెచ్చుట కర్జునుడక్కడికి పోయెను. ఇంకేమున్నది! ఏడాది భూప్రదక్షిణ చేయవలయును.

తమ్ముని వదలియుండుట ధర్మరాజు కిష్టములేదు. భూప్రదక్షిణమును, గోప్రదక్షిణమును నొకటియే! దానిని చేసి భూప్రదక్షిణమును మానివేయుమని ధర్మరాజు చెప్పెను. అర్జునుడు దాని కొప్పుకొనునా? భూప్రదక్షిణము నెపముపెట్టి ద్వారకకు పోవలయును. ఆ సుభద్రను తీసికొని రావలయును. నేను వెళ్ళితీరుదు నన్నాడు.

శ్రీకృష్ణుని తంత్రము

ఈ కథలో నొక పట్టున్నది. కృష్ణార్జునులు మేనత్త మేనమామ బిడ్డలు. సుభద్రయు నర్జునుడును నంతియేకదా! సుభద్ర కర్జునుడు మేనత్త కొడుకు. బలరామకృష్ణులు ఇంద్రప్రస్థమునకు పోయి మా చెల్లెలిని సుభద్రను మీ అర్జునున కిత్తుమని చెప్పవచ్చును గదా! కాదు. దేవకీ వసుదేవులు పోయి చెప్పవచ్చునుగదా! వార్త పంపవచ్చునుగదా! ఇది యింత సులభమైన కథ కాగా బలరాముడు దుర్యోధనున కీయవలయునని యూహించు టతో నది పొసగలేదు.

కృష్ణుడును సుభద్రయు వసుదేవునకు దేవకియందు పుట్టిన బిడ్డలు; కృష్ణునకు సుభద్ర స్వయాన చెల్లెలు. బలరాముడు వసుదేవునకు రోహిణి యన్న యామెయందు పుట్టినవాడు. బలరాముడు సవతియన్నగారు. కాని అన్నదమ్ములలో నతడు పెద్దవాడు. సమష్టి కుటుంబము. అన్నగారి మాట కెదురాడుటకు వీలులేదు. వ్యవహారమీ చిక్కులో నున్నది. అందుచేత కృష్ణుడు కబురంపుట – ఇతడు ద్వారకకే వెళ్ళి అక్కడ దొంగ యెత్తుగా పిల్లను పెండ్లి చేసికొని వచ్చుట – యవసరములైనవి. ఈ కథలోని రహస్యమిది.

వసుదేవుడు పెద్దవాడైనాడు. ఆయన మాటకు చెలామణి లేదు. పైగా నాయన జీవితము జీవితమంతయు కంసుని చెఱసాలలో నుండి జీవముడిగి పోయినవాడు.

ఈ కొడుకు లిద్దరూ చండప్రచండులు. ఇంక దిగులేమున్నది? రామా! కృష్ణా! యనుకొనుచు కూర్చుండవచ్చును అన్నమాట, వృద్ధులు వైరాగ్యమును పొంది యుండవలయునని మనదేశములో వాడుచుందురు. ఈ రామకృష్ణలో రాముడు దశరథరాముడు. కృష్ణుడీ కృష్ణుడు. వసుదేవుడు వృద్ధుడైనాడు. అందుచేత రామ! కృష్ణ! యనుచు కూర్చుండ వలయునని వ్రాసినాము. ఇచ్చట బలరామకృష్ణులని యర్థము వచ్చుచున్నది. అవి కొడుకుల పేర్లు. "జయంతుని తమ్ముడు సోయగమ్ము నన్" అన్న దానిలోనున్న చమత్కారమువంటి చమత్కార మిక్కడ వచ్చినదన్న మాట!

మరియు నిచ్చట నొక విశేషము చెప్పవలయును.

సుభద్రార్జునుల విరహము

ద్వారకలో సుభద్ర కొరకు అర్జునుడు, అర్జునుని కొరకు సుభద్రయు విరహవేదన పొందుచుండిరి. అచ్చట నీ చేమకూర వేంకటకవి ఈ రెండు శబ్దములను ఇట్టి చమత్కారముతోడనే ప్రయోగించెను.

"రామ రామా యటంచు నా రాజ సుతుడు, కృష్ణ కృష్ణాయటంచు నా కీరవాణి" (3–25) విరహము ననుభవించిరి. ఇది దైవ ప్రార్థన చేయుచున్నట్లు మొదటి యర్థము. రెండవ యర్థము రామా! యనగా స్త్రీ - కృష్ణుడన్న శబ్దము అర్జునుని పది పేర్లలో నొకటి.

అంత నర్జునుడు బయలుదేరి పౌరులనేకులు తనవెంట రాగా పెండ్లికి వెళ్ళు చున్నవానివలె - ఇదియొక సూచన - వెళ్ళి చాలా తీర్థములు సేవించెను. గంగానదిలో స్నానము చేసెను. ఒక పద్యము చివర గంగమతల్లీ! అని సంబోధించెను. తెలుగులో గంగమ్మతల్లీ యందురు. (1–50)

ఉలూచి యర్జునుని తీసుకొనిపోవుట

ఇట్లుండగా ఉలూచియన్న ఒక నాగకన్య ఇతడు మత్స్యయంత్రమును తెగగొట్టిన నాటినుండి యితనిమీద మిక్కిలి కోరిక గలిగియుండెను. ఆమెయు గంగానదిలో స్నానము చేయుటకు వచ్చెను. అర్జునుని చూచెను. ఇతనిని చూచి పదమూడు పద్యములలో తన కోరికను వెల్లడించెను.

ఎక్కువ కావ్యములలో స్త్రీని పొందవలయునని పురుషుడు ప్రకటించిన భావముల వర్ణన అధికముగా నుండును. కాని, యిది దానికి వ్యతిరేకము. ఇది తంజావూరి మహిమయేమో తెలియదు. ఆమె యితనిని తీసికొనిపోయినది. అతడు కన్నులు తెఱచి చూచినాడు. అది ఒక పడకటిల్లు. గంగా లేదు గింగా లేదు. ఎదురుగా నొక గొప్ప యందగత్తె. ఆమె తన కోరికను వెలార్చెను. ఇతడు తాను వ్రతములో నున్నాననెను. ఆమె "నీవు నన్ను చేపట్టనిచో నేను చచ్చిపోవుదును. అది ప్రాణిహత్య. ఆ పాపము నీకు వచ్చును. ప్రాణదానము చేయవలెను" అనెను. వారికి సద్యోగర్భంబున నొక కొడుకు కలిగెను. వానికి పేరు ఇలావంతుడని పెట్టిరి.

విలక్షణమైన కల్పనలు

ఇతడు తెల్లవారకముందు మరల గంగానది దగ్గర నుండవలయును. ఆమె అతనిని తీసికొనివచ్చి మరల గంగవద్ద దింపెను. అతని భటులు, పురోహితులు, మొదలైనవారు ఇతడేమైనాడని గాభరా పడుచుండిరి. వచ్చినాడు అమ్మయ్య! బ్రతికితిమనుకొనిరి.

ఇతనిని భూప్రదక్షిణమునకు పంపునపుడు ధర్మరాజితనితో విశారదుడను నొక స్నేహితుని పంపెను. అతడు పురోహితుడైన ధౌమ్యుని తమ్ముని కొడుకు.

అర్జునుడీకావ్యములో శృంగార నాయకుడు గనుక ఇతనిని శృంగార సఖుడుగా కథను పెంచవలయునని వేంకటకవి మొదట తలచెనో యేమో! ఆ పెంపక మెక్కువ జరగలేదు. అర్జునుడితనిని ద్వారకకే తీసికొనిపోలేదు. తీసికొనిపోయినచో మరియు కొన్ని చమత్కారములు చేయుటకు వీలయ్యెడిదేమో!

ఇప్పుడర్జునుడు రాత్రి జరిగిన ఉలూచి కథయంతయు విశారదునితో చెప్పెను. మరల స్త్రీ వర్ణనమే!

అతని కల్పనల క్రొత్తదనముచేత గాక, లేనిచో నీ వర్ణనలు విసుగెత్తించును.

చమత్కారమేమనగా అంత ప్రేమగల స్త్రీని తెలవారు కడనెట్లు వదలిపెట్టి వచ్చినాడు? ఆ కొడుకు నెట్లు వదలిపెట్టి వచ్చినాడు? గాక తప్పదు సరే! ఇతడు దుఃఖపడడు. ఆమెయు దుఃఖపడదు. ఇది ప్రేమకాదు. శృంగారము కాదు.

మానవత్వము కూడ కాదు. తిరిగి వచ్చినవాడు ఈ విశారదునితో నామె యందమును గూర్చి చెప్పునుగాని కొడుకు కలిగినాడని, వానిని వదలిపెట్టి వచ్చితినని చెప్పడు.

భారత యాత్ర

అచ్చటనుండి యర్జునుడు హిమవత్పర్వతమునకు పోయెను. అచ్చటనుండి భారతదేశముపైన నున్న హిమవత్పర్వతము మొదలు చివరనున్న రామేశ్వరము, ధనుష్కోటి పర్యంతముకల తీర్థయాత్రల నన్నింటిని సేవించెను. ఇది పెద్ద వచనము. (1-128)

మన పూర్వకవులు పద్య ప్రబంధములు వ్రాసినను, కనీసము రెండు మూడు పెద్ద వచనములు వ్రాయుటకూడ కావ్యరచనలోని భాగమన్నట్లే యూహించిరి. ఇది పెద్దన్నగారు చేసినపని. దాని నందఱు చేసిరి. ఈ తీర్థయాత్రా వర్ణనమంతయు పెద్ద వచనములో చేయబడినది.

అర్జున చిత్రాంగదల పరిణయము

ఈ దక్షిణ భారతము చివర మణిపురమన్న యూరున్నది. అది పాండ్యదేశమునకు రాజధాని. ఆ రాజు పేరు మలయధ్వజుడు. అచట నొక స్త్రీ యర్జునునకు కనిపించినది. ఆమె పేరు చిత్రాంగద. ఆమె మలయధ్వజుని కూతురు. ఇంకనామె వర్ణన మొదలు పెట్టినది. ఈ వర్ణనలోని చివరి పద్యము వర్ణనకు సంబంధములేనిది, కాని చాలా గొప్ప పద్యము.

అర్జునుడేమి తక్కువవాడా? ఇంతటి మహావీరుడు వచ్చెననగా మలయధ్వజుడు తీసికొనిపోయి గౌరవించడా? అప్పుడీ పిల్లతో సంబంధము కలుగుటకు వీలున్నది అని యర్జునుడొక పథకమును వేసి రాజునకు వార్త పెట్టెను. ఆ రాజు పిలిపించెను. అర్జునునకు బ్రహ్మాండమైన విడిది కూర్చెను. విందులు కానుకలు పెండ్లికొడుకునకు చేసినట్లు చేయ మొదలిడెను.

అర్జునుడును విశారదుడును విడిదిలో సుఖముగా నున్నారు. అర్జునుడు విశారదునితో, "ఏమయ్యా! రాజు మనల నెందుకింత గౌరవము చేయుచున్నాడు? కనుగొని ర"మ్మనెను. విశారదుడు పోయి కనుగొనెను. చివరకు వార్త యిది తెలిసినది

– ఈ మలయధ్వజుని కులకర్త ప్రభాకరుడు. అతనికి పిల్లలు లేరు. శివుని గూర్చి తపస్సు చేసెను. వారి కులములో ప్రతితరమునందు నొక్కొక్క మగపిల్లవాడు పుట్టునట్లుగా స్వామి వరమిచ్చెను. అది యింతవరకు బాగుగనే సాగుచుండెను. ఇప్పుడు మాత్రము కొడుకుకు బదులు కూతురు పుట్టెను. మరియేమి చేయవలయును? ఈ పిల్లకు పెండ్లి చేసి యామెకు పుట్టెడు మగపిల్లవానిని రాజును చేయవలెను. ఈపిల్లనెవరి కీయవలెను? వచ్చిన యర్జునుడున్నాడు. అర్జునున కానందమయ్యెను. ఈయన కా పిల్లమీద మనస్సు కలిగెను. ఆమెను తనకిచ్చి పెండ్లి చేయుదుమని రాజనుచుండెను. ఇతనిని పెండ్లికొడుకును చేసిరి. ఆమెను పెండ్లికూతురును చేసిరి. పెండ్లియైనది. గర్భాధానపు గదిలోకి పంపించిరి. ఒక పది పద్యములు గదిలోని శృంగారము.

ఆమె గర్భవతియయ్యెను. కొడుకు పుట్టెను. అతనికి బభ్రువాహనుడని పేరు పెట్టిరి. అర్జునుడు ఆ బభ్రువాహనుని చిత్రవాహనునకు వంశకర్తగా నిచ్చి బయలుదేరి మరల తీర్థయాత్రలు చేయనారంభించెను.

మొసళ్ళయిన అప్సరసలకు శాప విమోచనము

ఆ దక్షిణ దేశమున సౌభద్ర తీర్థమని యొకటి యున్నది. అందులో స్నానము చేయుటకు నర్జునుడాలోచించుచుండగా కొందరు ఋషులు వచ్చి యిట్లనిరి: “అయ్యా! ఇచ్చట నైదు తీర్థములున్నవి. ఈ యైదింటిలో వందయేండ్లుగా మొసళ్ళున్నవి. స్నానము చేయుటకు దిగినవారి నవి చంపును. మీరు దిగవల”దనిరి. లోకములో నొక సామెత యున్నది. “మోక్షానికి పోతే మొసలెత్తుకొని పోయిన”దని. అర్జునుడు నవ్వి యొక తీర్థములోనికి దిగగా నొక మొసలి పట్టుకొనెను. ఈయన మొసలిని బయటకు పట్టుకొని లాగెను. అది నాలుగు పద్యములలో వర్ణించగల అందముకల స్త్రీ యయ్యెను.

ఆమె యిట్లు చెప్పెను : “అయ్యా నేనొక అప్సర స్త్రీని. నా పేరు నంద. మరి నలుగురు చెలులు నాకు కలరు. వారి పేర్లు లలిత, పద్మ, సౌరభేయి, సమీచి; మేమైదు గురము ఒకప్పుడు ఒక మునికి విఘ్నము చేయబోగా ఆయన మమ్ము శపించెను. మేము మొసళ్ళమైతిమి. అప్పుడు నారదుడు నాకు కన్పించి,

"దిగులుపడవద్దు. వందయేండ్ల తరువాత నర్జునుడు మీ శాపము తొలగించును," అనెను. "అయ్యా! మీరర్జునులు, నా నలువురి చెలికత్తెల శాపము కూడా తొలగించవలెను." అనగా నర్జునుడు తక్కిన తీర్థములకుగూడ పోయి ఆ మొసళ్ళనుగూడ బయటకు లాగి వారి శాపములనుగూడ తొలగించెను. వారందరర్జునుని పొగడిరి. అర్జునుడు వారిని పంపించెను. అంత నర్జునుడు పశ్చిమ సముద్ర తీరమునకు బోయెను.

దొంగ సన్యాసి వేషము

అచ్చుటికి ద్వారకా పట్టణము దగ్గర. సుభద్ర సౌందర్యమును మరల తలచికొనెను. యాదవులు యతులకు విధేయులు అని యతి వేషముతో ద్వారకకు బోవ తలంచెను. సన్యాసి వేషము వేసికొనెను. బలరాముడు తనకు ననుకూలించడు కదా! అందుచేత కృష్ణుని తాను తలచెను. అంతలో కృష్ణుడు ప్రత్యక్షమయ్యెను. అర్జునుడు కృష్ణునకు నమస్కారము చేసెను. ద్వారకలో రైవతక పర్వతమని యొకటి యున్నది. ఇద్దరు నా కొండమీద నా రాత్రి యుండిరి. కృష్ణుడొక్కడు ద్వారకకు వెళ్ళి అందరితో ఆ కొండమీద నొక యుత్సవము చేయవలయునని చెప్పగా నందరును, పురుషులు స్త్రీలు సిద్ధమై రైవతక పర్వతమునకు బయలుదేరిరి. రుక్మిణీ సత్యభామలు కూడ వచ్చిరి. సుభద్ర వచ్చెను. అప్పుడు అర్జునుడు సుభద్రను చూచెను. పదకొండు పద్యములలో నామెను వర్ణించెను.

బలరాముడీ యర్జునుని చూచెను. అతడు నిజముగా సన్యాసి యనుకొనెను. అతనిని వచ్చి ద్వారకలో చాతుర్మాస్యము గడపవలయునని యడిగెను. సుభద్రను అర్జునుని సేవకు నియమించెను. కృష్ణుడభ్యంతరము చెప్పెను. కాని, బలరాముడు కృష్ణుని మాట కొట్టివేసెను. ఈ దొంగసన్యాసిని ద్వారకకు తీసికొనిపోయిరి. ఈ సన్యాసి అర్జునుడని యెవ్వరికిని తెలియదు. కృష్ణునికే తెలియును. ఆయన రహస్యముగా నీ సంగతిని రుక్మిణీ సత్యభామలతో చెప్పెను. చెప్పి యన్నాడుకదా! "ఈ రహస్యము సుభద్ర తెలిసికొని బెదిరిపోవునేమో! సేవకు పోదేమో! మీరతనికి భోజనాదులు సమకూర్పవలెను." కృష్ణుడు తనకు చేసిన మేలునకు నర్జునుడు సంతోషించెను.

కపట సన్యాసికి సుభద్ర సేవ

అంత సుభద్ర వచ్చెను. అర్జునుడు దొంగజపము ప్రారంభించెను. ఆమె పూలు కోసి యిచ్చును. ఇతని మేను పులకించును. ఆమె గ్రక్కున వెనుకకు తిరుగును. కస్తురి వాసనవేయు నామె పైట గాలి తగులును.

అతడు జపము చేసెను. ధ్యానమామె కన్నులమీద. "చేసినది తపము, వేసినది గాలము" అందురు.

ఇక్కడినుంచి అరువది పద్యములు సుభద్ర యొక్క సేవ. అర్జునుని కోరిక, జపము, చిత్రచిత్రములైన వర్ణనలు. కొన్ని శ్లేషలు చాలా యందముగా నుండును.

"భామ మోమున వ్రేలు రూపమ్ము చూచి" ఆమె యందమును భావించుచు, లేదా భార్య యెవని మొగమున నున్నది? బ్రహ్మయొక్క మొగమున నున్నది.

"ముదిత నెడబాయకుండెడి మూర్తిఁ దలంచి" ఆమెయందొక మూర్తి కలదు. ఆమె యొడలియొక్క అందమైన కూర్పుచేత నొక మూర్తి యేర్పడుచున్నది. దానిన తలచియని యర్థము. లేదా విష్ణుమూర్తినని యర్థము.

"రమణి మై సగమైన విగ్రహము నెంచి" శివుని భావించి యని యర్థము. ఇక్కడ సుభద్రపరముగా నామె చిక్కిపోయినదని చెప్పవలయును.

దేవపూజయందు రక్షించుమని వేడుకొనును. కాని మొదటి రెండు చరణములలోని రూపము, మూర్తి అన్న శబ్దములు వాడుట చాలా గొప్ప. మూర్తి అన్న శబ్దమును వాడుట మరియు కష్టము. శరీరావయవముల యొక్క సంధానము చేత నొక మూర్తి వ్యక్తులయందు కలుగునని భావించుట చాలా కష్టము. ఇచట శ్లేషత అతని నట్లు భావించునట్లు చేసినది.

చిత్ర విచిత్ర సన్నివేశములు

కాని, యాయన నిజమైన సన్యాసివలె ప్రతిదానికి నారాయణా! యనును. సుభద్ర యాతనిని జూచి యర్జునుడనుకొనును. కాని, మనుష్యుని బోలిన మనుష్యులుందురుకదా! అర్జునుడు ఆమె సేవ చేయుచునుండగా నామె యందమే చూచుచుండును.

బంగారు కుండ జలములు తెమ్మనును. కుండతో నని యర్థము. నిజముగా బంగారుకుండ! యని యామెను పిలుచుట!

ఇట్లుండగా నామెయొక్క మనస్సెట్లున్నది? చాలా సంధిలోనున్నది. అతడౌనా? కాదా? కాకపోయినను చాలా యందగాడు. అతడు జపముతో, సేవతో సంబంధించి యనెడు మాటలన్నిటిలో నొక శృంగారము కనిపించుచున్నదే! ఆమెయు దిన దిన మొక్కొక్క వేషముతో వచ్చుచుండెను. అతనికి జపములేదు; జీలకఱ్ఱలేదు. అతని కొక్కటియే పట్టినది. ఆమె రానిచో, నెప్పుడు వచ్చును. వచ్చినచో, నామె యందమును జూచి యొడలు మరచుచుండును. ఆమెయొక్క కెంపు మోవిని చూచి జపావృత్తి మరచెను. జపముయొక్క ఆవృతి మరచెను. లేదా జపాపుష్పము అనగా మందార పుష్పము వంటిది. అని యెఱ్ఱదనమును మరచెను. ఆమె సన్నని నడుము చూచి హరిస్మరణ మరచెను. హరి యనగా ఒకటి కృష్ణుడు, రెండు సింహము. ఈమె రానిచో గడియ యొక యుగముగా కన్పించుచుండును. అతని ఆనంద బాష్పములు, ఒడలంతయు చెమ్మటపోయుట - ఇంక స్నానమెందుకు? ఇట్లెన్నాళ్ళు గడచును. ఒకనాడామెకు జ్యోతిష్యము చెప్పెను. నీకు కొద్దిలో పెండ్లియగును. అనగా, నామె తన మనస్సులోనున్న భావమును వెల్లడించెను. "అయ్యా! మా మేనత్త కొడుకున్నాడు. ఆయన పేరు అర్జునుడు. ఆయన మరియొక పేరు నరుడు. గొప్ప వీరుడు. ఆయన భూప్రదక్షిణమునకు వెళ్ళినాడు. "మీరందందు నరుగనరు గానరుగా" అందందు నరుగన్-అక్కడక్కడికి పోగా నరున్ - అర్జునుని, కానరుగా- చూడరు గదా! అని యడుగగా, నిన్నాళ్లను ఆమెను బలవంతముగా పట్టుకొన్నచో నామె యొప్పికొనదేమో, యల్లరి యగుననుకొనుచున్న యర్జునుని రొట్టె నేతిలో పడెను. వెంటనే "నేనే అర్జునుడ"ననుట బాగుగా నుండదు కదా! అందుచేత "నే నతని నెఱుగుదును. మేము మిక్కిలి స్నేహితులము. నీకతనిమీద మనస్సున్నదా యేమి? ఆ యర్జునుడు యతి వేషము పూని యున్నాడు. నేనే యర్జునుడను", అనెను.

ఆమెకు వెంటనే తెలిసెను. ఆమె సిగ్గుపడి పోబోయెను. ఇతడు పట్టుకొనెను. పట్టుకొని యామెను బలవంతము చేయబోయెను. మన్మథుడు బాణములు వేయ నారంభించెను. ఆమె సాధ్యపడలేదు. ప్రక్కన యున్న చిలుకతో రాయబారము

చేయుమని యడిగెను. చివరకు సుభద్ర యిట్లనెను! "ఇది న్యాయమా! పెండ్లి చేయుటకు పెద్దలున్నారు" అని "ఓ చిలుకా! నీవు చెప్పవే!" యని సుభద్ర యనెను. అర్జునుడు "మీ వారి కిది తెలియుట యెప్పుడు? సాగర మీదజాలను," అని యెంతో బతిమాలెను. చివరకు అతడు వదలిపెట్టెను. ఆమె వెడలిపోయెను.

ఆ పోవుచు పూదేనె కాలువలు దాటి, కప్పురపు టనంటుల నంటులు ద్రాక్ష పందిరుల తెరువులు దాటి, చెంగలువ బావుల దగ్గరికి వెళ్లెను. ఈ వర్ణనలు శ్రీకృష్ణుని యుద్యాన వనమును వర్ణించుచు ముక్కు తిమ్మన్న చేసినవి.

ముగ్గురు మార్గదర్శకులు

ఈ చేమకూర వేంకటకవికి కావ్యరచనలో కొంతవరకు మార్గదర్శకులు ప్రధానముగా ముప్వురు కన్పించుచున్నారు. మొదటివాడు వసుచరిత్రకారుడు. రెండవవాడు పారిజాతాపహరణకర్త. మూడవవాడు ప్రభావతీ ప్రద్యుమ్నకర్త.

పెద్దన్నగారిమీద కొంత గౌరవమున్నది.

"ధారాధరము వెన్నుదన్ని పుట్టిన చాయ
నున్నదీ బింబాధరోష్ఠి వేణి"

ఈమె జడ మేఘమును వెన్నుదన్ని పుట్టినట్లున్నది. ఈ వెన్నుదన్ని అన్న శబ్దము. "చిన్ని వెన్నెల కందు వెన్ను దన్ని సుధాబ్ధి పొడమిన చెలువ తోబుట్టు నాకు". ఇది పెద్దన్నగారి పద్యము. ఈ వెన్నుదన్ని అన్న మాట మరల వాడినవాడు చేమకూర వెంకన్న ఒక్కడే అన్నట్లున్నది.

ఇట్లు సుభద్ర లేచిపోగా, నర్జుననకు రుక్మిణీదేవి వచ్చి భోజనాదులు సమకూర్చు చుండెను. ఇచ్చటి నుండి యిరవై రెండు పద్యములు అర్జునుని విరహము.

అచ్చట సుభద్ర విరహము. కృష్ణుని కెనమండుగురు భార్యలు. వారందరకు నీమే మఱదలు, ఆడుబిడ్డ. వారీమెతో పరాచికములాడుదురు. ఈ రహస్యము వారందరకును తెలియును. వారు శిశిరోపచారములు చేయుదురు.

మరియు కొంతసేపు మన్మథ దూషణము, మలయానిల దూషణము, చంద్ర దూషణము.

సుభద్రార్జునుల కల్యాణము

వారందరును దేవకీ దేవికీ సంగతి తెలిపిరి. ఈ పెండ్లి బలరామునకు తెలియరాదు. శ్రీకృష్ణుడు శివపూజలు ప్రారంభించెను. అవి యిరువదినాళ్లు చేయవలెను. బలరామునకు తెలియకుండ నెనిమిదవనాడు పెండ్లి చేయవలయును. ఊరిలోని జనులందరు ప్రక్కననున్న యొక ద్వీపమునకు పోయి అచట శివునకు జాతర చేయుచుండిరి. ఇచ్చట ద్వారకలో సుభద్రార్జునుల పెండ్లి. అర్జునుని పెండ్లికొడుకు చేసిరి. సుభద్రను పెండ్లికూతురు చేసిరి. సుముహూర్తము వచ్చెను.

ఇంద్రుడు వచ్చెను. అర్జునుడింద్రుని కొడుకు గదా! అర్జునున కొకవైపున జయంతుడు, మరియొకవైపున ప్రద్యుమ్నుడు. పెండ్లి బ్రహ్మాండముగా నయ్యెను. ఇంద్రునితో వియ్యపు మర్యాదలు. శచీదేవికి దేవకీదేవి వియ్యపురాలైనది కదా! శచీదేవి దేవకికి మెడకు గంధము పూయుచు నోటికి గూడ పూసెను. శచీదేవి సత్యభామతో పరాచికమాడెను. "చెల్లెలా! పారిజాతపు చెట్టు బాగుగా నున్నదా?" యని.

ఇంత యుత్సవ మిచ్చట జరుగుచుండగా కృష్ణుడు బలరామునితో పాటు ద్వీపమునందే యుండెను. ఆయనకీ సంగతి తెలియరాదు కదా!

పెండ్లి యైనంతనే పెండ్లికూతురును అత్తవారింటికి పంపవలెను. శ్రీకృష్ణుని రథముమీద సుభద్రార్జునులు యింద్రప్రస్థపురమునకు బయలుదేరిరి.

ఈ సంగతి సేనలకు తెలియదు. వారడ్డగించిరి. అర్జునుడు వారందరిని వధించెను. కొందరు పారిపోయిరి. ఇంద్రప్రస్థపురము చేరిరి. అర్జునుడు ధౌమ్యాదులకు, అన్నగారలకు, తల్లికి నమస్కారములు చేసి సుఖముగా నుండెను.

దొంగపెండ్లి

కాని గృహప్రవేశమేది? గర్భాధానమేది? ఇది దొంగపెండ్లి. బలరాముడు దండెత్తి వచ్చునేమో! చివరికిది యెట్లు విషమించునో! అక్కడ ద్వారకలో ఈ సంగతి బలరామునకు తెలిసెను. కోపము వచ్చెను. ఇట్లు వంచన చేయునా? యనెను. వాని రేకు మడంతు మనెను. (ఇది యొక చమత్కారపు పలుకుబడి). అప్పుడు

కృష్ణుడన్నగారితో సర్ది చెప్పెను. "అర్జునుడు తక్కువ వాడా? ద్రోణుని శిష్యుడు. మహావీరుడు. అతడు మేనమఱది. నాక బలిలో నిష్ఠుర మేమిటి? పాండవులు మనలను నమ్మియున్నారు."

ఇట్లు చెప్పగా బలరాముడు మెత్తబడెను. ఆ బలరాముడు ఎప్పుడును తమ్ముని మాట కెదురాడడు. వీరందరును కలసి యింద్రప్రస్థమునకు పోయిరి. అచ్చట వారును వీరును కలిసికొనిరి. అందరును కలిసి యింటికి వచ్చిరి.

ఇప్పుడు చమత్కారము! ఇచ్చట మరల నైదు దినములు వివాహము చేసిరి. అందరు నాశీర్వదించిరి.

పడకటింటి కథ

వివాహమైన తరువాత పడకటింటికి సుభద్రార్జునులు చేరిరి. ఈ పడకటింటి కథలో తెలుగు కావ్యములలో నిద్దరు చాలా గొప్పవారు. ప్రభావతీ ప్రద్యుమ్నములో పింగళి సూరన్న. విజయవిలాసములో చేమకూర వెంకన్న. తరువాత తరువాతి కవులు చాలామంది చేసిరి. కాని యీ విద్యలో పునాదులుచేసి మేడలు కట్టినది వీరిద్దరును.

అభిమన్యుని జననము

తరువాత సుభద్ర గర్భవతి యయ్యెను. ఆమెకు కొడుకు పుట్టెను. ద్వారకకు వార్తనంపిరి. ద్వారకా పట్టణ మంతయు నిచ్చటికి వచ్చెను. పిల్లవానికి అభిమన్యుడని పేరు పెట్టిరి.

ఆ పిల్లవాడు పెరిగెను. అతనికేమి తక్కువ! ఇద్దరు పెదతండ్రులు! ఇద్దరు పినతండ్రులు! ఇచట తండ్రి. వారి ముద్దుతో వారు చెప్పిన చదువుతో నీ యభిమన్యుడు లోకోత్తరుడైన పురుషుడయ్యెను.

ధర్మరాజు రాజ్యమేలెడి లక్షణము చెప్పెను. భీముడు శత్రువులను చీల్చుట యెట్లో చెప్పెను. నకులుడు అశ్వవిద్య యంతయు నేర్పెను. సహదేవుడు కీర్తిని సంపాదించుట యెట్లో చెప్పెను. తండ్రి ధనుర్విద్య నేర్పెను.

పుస్తకమైపోయెను.

ఇవి మూడు శృంగార కథలు.

ఉలూచికి కొడుకు పుట్టెను. వాని పేరు ఇలావంతుడు. అతడు భారత యుద్ధభూమిలో చనిపోయెను.

చిత్రాంగద కొడుకు బభ్రువాహనుడు. అతడు భారత యుద్ధమునకు రాలేదు. జైమిని భారతమును నమ్మినచో నతని చేతిలో నర్జునుడు చావవలయును.

మూడవవాడభిమన్యుడు. ఇతడు భారత యుద్ధములో చచ్చును. కాని, ఇతని కుమారుడు పరీక్షిత్తు పాండవ రాజ్యమునకు వారసుడగును.

శృంగార వైవిధ్యము

ఉలూచి యర్జునుని ప్రేమించెను. అర్జునుడు చిత్రాంగదను చూచి మేలుపడెను. అర్జునుడు నిజముగా ప్రేమించినది సుభద్రను. ఇది మూడు విధములైన శృంగారము. మొదటి శృంగారము వృథాయైనది. రెండవ శృంగారము తనకు కాకపోయినది. నిజమైన ప్రేమయే ఫలించినది.

కాని, ఇతని శృంగారము ఏకస్త్రీ న్యస్తముకాదు. ఆ దోషము జీవితములో కనిపించుచునే యున్నది.

ఈ భారత గాథ అగాధమైనది. ఇంకను వ్యాఖ్యానము చేసి చూపించుటకు ఈ పుస్తకము చాలదు.

ఇతడు తెలుగు వ్యాకరణమునకు విరుద్ధములైన - కొన్ని ప్రయోగములు చేయును.

ఒక పని చేసి యింకొక పని చేసెను. రెండవపనికి పూర్వము చేసిన పనికి ప్రయోగించిన ధాతువును క్త్వార్థకమందురు. సంస్కృతములో భుక్త్వా, గత్వా, హృత్వా మొదలైన రూపములుండును. ఈ చివరి యక్షరము 'క్త్వా', తెలుగులో వీనిని 'తిని' 'వెళ్ళి, ఆలోచించి' యిట్లుగా వాడుదురు. వీనిని క్త్వార్థకములందురు.

సరదాకు చేసిన తప్పులు

ఈ క్త్వార్థకములకు తెలుగులో సంధి లేదు. అనగా, చేసి+ఇది-చేసియిది. అనవలయునే గాని - చేసిది - అనరాదు. ఇది తప్పు.

ఈ దోషమును ఈ కవి ఎన్నిసార్లు చేసెనో చెప్పుటకు వీలులేదు. ఈ తప్పు చేయుట యితనికి సరదా!

వరియించిట. (1-80) వరియించి యిట అని యుండవలయును.

అనవల సంటిగాక (1-96) అనవలసి-యంటి అని యుండవలయును.

మధురామృత మానిట - (1-97) మధురామృతమాని - యిట అని యుండవలెను.

ఒనర్చిటు - (9-124) ఒనర్చి+యిటు అని యుండవలయును. అటు చోపిటు యిటుచోపటు (2-202)

మరికొన్ని విశేషములు

"తన కులుపా చాలదని మిట్టిపడునట్టి కిగ్గాడి యసురకు కేలు మొగిచి" యని ప్రభావతీ ప్రద్యుమ్నములోని పద్యము. ఈ యులుపా శబ్దము నితడు రెండుసార్లు వాడెను.

ఒకచోట పచ్చి తురక యన్న శబ్దమును వాడినాడు.

తంజావూరులో తురకల భయము లేదు. ఈ మాటల యెత్తిడి పోనట్లున్నది.

మరికొన్ని విశేషములు

ఏలవలె - రాజ్యము చేయవలయును.

ఏల వలె?-ఎందుకు వలయును. మహారాజులతో మీ రాజ్ఞాపింపుడని యనుటకు బదులు - పని విందును - అన్న యొక మాట కలదు. ప్రథమాశ్వాసము 44వ పద్యము.

మునుకలు గంగానదిలో - గంగానదిలో మునుగుటలు; మునుకలుగంగా - పూర్వము కలుగునట్లుగా;

పింజ పింజ గాడగ నేసెన్-

"చంద్రునకు యామినీ విటకుల శేఖరు"డని చమత్కార ప్రయోగము.

ఈయనకు పడకటింటి వర్ణన మిష్టమని చెప్పితిమి కదా!

"పాపజవరాలి బంగారు పడకటిల్లు"

"గణింపగా తరమె ఆ పడకింటి విలాస సంపదల్?"

ఈ పుస్తకములో కొన్ని పద్యములు కకారము యొక్క జంటక్కరము ప్రాసగా గలవి. ఆ పద్యములలో నెక్కువ పద్యములలో "అమ్మక్క" అన్నమాట సామాన్యముగ వచ్చును.

గొప్ప పద్యములు

ఇట్టి వెన్నియైన చూపించవచ్చును. కాని, మూడు పద్యములను వ్రాసి చెప్పకుండ నీ పుస్తకముయొక్క పీఠిక పూర్తి కాదు.

"తనకుం గౌఁగిలి యీ వొకప్పుడును
        నాథా! నీ కరస్పర్శనం
బున గిల్గింతలె యంచుఁ బద్మిని క
        రాంభోజంబునన్ మంద మం
ద నటద్వాయు చలద్దళాంగుళులు
        కన్పట్టంగ న వ్వెల్గు రా
యని రారా యని పిల్చె నాఁదగె ద్వి
        రే ఫాద్యంత దీర్ఘధ్వనుల్."

ద్విరేఫమనగా తుమ్మెద. రెండు 'ర' కారములు ఆద్యంత దీర్ఘ ధ్వనులు - అనగా రెండు రకారములకు దీర్ఘములు - అనగా రా రా. తామరపువ్వులలో సూర్యోదయము కాగానే తుమ్మెదలు ధ్వని చేయును. ఆ తుమ్మెదల ధ్వని తామరపూవన్న స్త్రీ సూర్యుని రా రా యని పిలిచినట్లున్నది. ఈ పద్యమున కీ కావ్యములో ప్రసక్తి లేదు. అతడు పూర్వమెప్పుడో వ్రాసి యుంచికొనిన పద్యము గావలయును. దానినిందులో నెక్కించినాడు. పద్యమెంతయో గొప్పది కదా! ఇట్లు కల్పించుట కష్టము కదా! ఇది మొదటి యాశ్వాసములోని పద్యము (139).

మూడవ యాశ్వాసములో నింకొక పద్యము కలదు.

"చిత్తజుఁడల్గి తూపు మొనఁ జేసినఁ
జేయఁగనిమ్ము పై ధ్వజం
బెత్తిన నెత్తనిమ్ము వచియించెదఁ
గల్గిన మాట గట్టిగా
న త్తరళాయ తేక్షణ కటాక్ష విలాస
రస ప్రవాహముల్
కుత్తుక బంటి తామరలకున్; దలమున్కలు
గండు మీలకున్."

మన్మథుని యొక్క బాణము పువ్వు - తామరపువ్వు. అతని బావుటా చేప - మత్స్యము. మీనము. అవి రెండును నీటిలో నుండును. ఈ రెంటిని నేత్రములతో పోల్చుదురు. మన్మథునకు కోపమువచ్చి తన బాణమును వాడి చేసినచో చేయనిమ్ము. వాడి చేసినచో కొనదేరును. అందుచేత కొంచెము పొడుగుగా కనిపించునేమో యని యర్థము. ధ్వజ మెత్తినచో నెత్తనిమ్ము. ఎంత చేసినను ఆమె కంటి చివరి రస ప్రవాహములు తామరపూలకు మెడదాక వచ్చును. చేపలు మునిగియే పోవును.

ఇతని కల్పనలన్నియు నిట్లే యుండును. ఈ రెండును మిక్కిలి గొప్పగా నున్నవి.

గొప్ప కవుల జాతక మంతే!

మూడవ పద్యము కలదు.

అతడు ఈ కావ్యములో ఒక ఆశ్చర్యకరమైన రచన చేసెను కదా! మనమింత మెచ్చుకొనుచున్నాము గాని, అతని సమకాలికులంత మెచ్చుకొన్నట్లు లేదు. గొప్ప కవులయొక్క జాతక మంతే! కవి బ్రతికి యున్నప్పుడు తెలియదు. ఈర్ష్యయు, స్వాహం కారము, బూడిదయు బుగ్గియు పని చేయుచుండును. దానిని గూర్చి యితడు కొంత వలపోసినాడు. ప్రథమాశ్వాసములోని నూట నలుబదియైదవ పద్యము. ఆ పద్యము చివర-

"ఏ గతి రచియించిరేని సమకాలము వారలు మెచ్చరే గదా!" అని వ్రాసికొన్నాడు.

రాని, చేసిన, చూపించిన కల్పన యితని మాట కంత యనుకూలముగా నున్నట్లు లేదు. వసంతుడు వట్టి మ్రాకులు (చెట్లు) చిగిర్పించి రసోప గుంఫిత పద

వాసనలు నెఱపినాడు. చంద్రుడు మెచ్చుక ప్రసన్నతయు, సౌకుమార్యమును జూపి రాళ్ళను కరగించినాడు. చంద్రుడు చూపించినది సహజ లక్షణము. వసంతుడు చేసినది మహాశిల్పము, అని యర్థము చేసికొనవలెను.

ఈయన యమక చక్రవర్తి!

ఇతని శిల్పమంతయు పైన చెప్పిన లక్షణములు కలది మాత్రమే!

మరి రెండు చిన్న విషయములు చెప్పి మాని వేసెదను.

"వెన్నుదన్ని" పెద్దన్నగారి మాట.

ఇంకొక పెద్దన్నగారి మాట

"మృగనాభి పంకంబు బుగబుగల్ గలచోట" దీనిని

"మృగనాభి తిలకంబు బుగబుగల్" అని యీయన తీసికొన్నాడు.

మరియు

రాజు - చంద్రుడు

చదరంగములో 'త్రోసి రాజు'

'తెరచి రాజు'

ఈ రెండు మాటలను మొగము వర్ణించుటలో వాడినాడు.

(1-37) లో త్రోసిరాజు.

(3-114) లో తెరచిరాజు.

ఈ కవి యమకలోభి-

'యదు రాజ కుల శిరోమణి
యెదురా మీ రొకరు'

ఉచ్చారణలను బట్టి యమకము పొడిగింపు! ఈయన యమక చక్రవర్తి.

పరిష్కరణము - పాఠనిర్ణయము

విజయవిలాసమొక మధుర మహాకావ్యము. కర్త చేమకూర వేంకటకవి. ఇతఁడు సామాన్యుఁడు కాఁడు. సూర్యనారాయణ వర ప్రసాద లబ్ధ కవితా ధురంధరుఁడు. "ఇంటి పేరునన యైనను కవిత్వము పస" యను నభియుక్తోక్తి యీతని కవితా రుచిని దెల్పుచున్నది. చమత్కారము లేని పద్యమొక్కటియు నీ కావ్యమున లేదని ప్రతీతి. శబ్దార్థ చమత్కారముల కిది యొకగని. త్రవ్విన కొలఁది రత్నము లిందుండి బైటపడుచుండును. కొందఱు పండితులీ కావ్యమును "పిల్ల వసుచరిత్ర" మనిరి. సావధానముగ నీ కావ్య పరిశీలనము కావించినచో నిందుఁ గేవల శ్లేష యమకాదులు మాత్రము గాక, తెలుఁగు నుడికారముల సొంపు, పదౌచితి, చిన్న చిన్న మాటల విఱుపులలో నపూర్వార్థ స్ఫూర్తి, చమత్కారము గొలుపు జాతీయములను సామెతలను బొదువు తీరు, సంభాషణముల నడపుటలో సారస్యము, శయ్యా సౌష్ఠవము మొదలగు కవితా గుణములు పుష్కలముగ నున్నవి. అట్టి కావ్యమునకుఁ గృతిపతి -

శ్రీ రఘునాథనాయకుఁడు, ఇతఁడు పదునేడవ శతాబ్దమునందుఁ దంజావూరి నేలిన నాయక వంశ రాజులలో నాయక మణిబీ పాండ్యతుండీరాది రాజ్య విజేత; మహాదాత; గొప్ప రసికుఁడు; సంస్కృతాంధ్రములయందును, సంగీత భరత శాస్త్రాదులయందును నఖండపాండితి గలవాఁడు రసపుష్టి గల బహు కావ్య నిర్మాత. ఉద్దండ సంస్కృత పండితుఁడగు యజ్ఞనారాయణ దీక్షితున కీ రఘునాథ భూపాలుఁడు విద్యాగురువన్నచో నితని విద్యా వైదుష్యమును బ్రత్యేకముగఁ జెప్పఁబనిలేదు.

కృష్ణదేవరాయలకు “భువన విజయ” మున్నట్లు రఘునాథనాయకుని “విజయ భవన” మను ప్రసిద్ధ సభా మందిర ముండెను. అందు బహుశాస్త్రవేత్తలు, కవులు, గాయకులు, నట్టువరాండ్రు పలువురు ప్రసిద్ధులు కొలువు నలంకరించి యుండెడివారు. “అభినవ భోజరాజ” బిరుదాంకితుఁడగు రఘునాథుని సభకు నేల నాలుగు చెఱఁగుల నుండియు విద్యావంతులు వచ్చి చేరుచుండిరి. “విద్వత్కవీనాం విదధాసి హర్షం” అని రఘునాథ నాయకుని గురువు, మంత్రియు నగు గోవింద దీక్షితుఁడు “సంగీత సుధ”లోఁ బ్రశంసించి యున్నాఁడు. సుప్రసిద్ధ వాగ్గేయకారాగ్రణి క్షేత్రయ రఘునాథుని విద్యా పక్షపాతిత్వమును, దాతృత్వమును నిట్లు కొనియాడి యున్నాఁడు:

క. తముదామె వత్తు రర్థులు
క్రమ మెఱిఁగిన దాత కడకు; రమ్మన్నారా
కమలంబు లున్న చోటికి
భ్రమరంబుల? నచ్యుతేంద్ర రఘునాథ నృపా!

ఆ విద్వ దాస్థానమున నెంతవాఁడైనను నోరెత్తుటకు భయపడుచుండెనని నిర్భీకుఁడైన కవి చోడప్ప స్వానుభవము నిట్లు వెల్లడి చేసియున్నాఁడు:

క. నేరుతు నని మాటాడఁగ
వారిజ భవు నంతవాని వశమా? తంజా
వూరి రఘునాథ రాయల
గారి సభను గుందవరపు కవి చౌడప్పా!

చేమకూర వేంకట కవియు నీ రాజు నిట్లు కొనియాడి యున్నాఁడు:

“శక్యంబె వి, ద్యల మెప్పింపఁగ నచ్యుతేంద్ర
రఘునాథ స్వామి నెవ్వారికిన్” (అవ. ప. 32)

ఇంతటి సర్వతోముఖ ప్రజ్ఞాశాలియుఁ, గవియు నగు రఘునాథ నాయకు డీ విజయవిలాసమును విని, తలయూఁచి “క్షితిలో నీ మార్గమెవరికిన్ రాదు సుమీ!” (అవ. ప. 50) యని వేంకట కవి కవిత్వమును శ్లాఘించెను.

ఇట్టి యసదృశ కావ్యమైన యీ విజయ విలాసమును బరిష్కరించుటలో మాకు నుపయుక్తములైన ప్రతులు:

1. వావిళ్ళ రామస్వామి శాస్త్రులు అండ్ సన్స్ వారి ప్రతి మదరాసు. (1942).
2. శ్రీ తాపీ ధర్మారావుగారి హృదయోల్లాస వ్యాఖ్యా సహిత ప్రతి, విశిష్ట రచనలు, హైదరాబాదు - 20, (1968).
3. మదరాసు ప్రభుత్వ ప్రాచ్య లిఖిత గ్రంథాలయమండలి బ్రౌను దొర వ్రాఁతపతి, (డి. సం. 769)
4. విజయ విలాసము కొన్ని పాఠభేదములు, సంధాత: శ్రీ చింతలపాటి లక్ష్మీనరసింహ దీక్షితశకర్మ, (భారతి, జూలై 1969).

పై ప్రతులలోఁ బలు చోటులు విభిన్న పాఠములు గనుపట్టినవి. వానిని బరిశీలించి వానిలో నర్థవంతములు, సరసములవి తోఁచిన వానిని ప్రధాన పాఠముగ గ్రహించితిమి. సముచితములని తోఁచిన వానిని బాఠాంతరములుగ స్వీకరించితిమి, వానిఁలో గొన్ని:

(1-75) నెలతాల జగతిఁదా నిలుచు టేమి

(2-156) నిగనిగని చంద్రకాంతపు
జగతిపయిన్

నెల తాల జగతిన్ = చంద్రకాంతిశిలలతో నిర్మించిన స్థలమున: చంద్రకాంతపు జగతిన్ = చలువరాళ్లతో కట్టిన తిన్నెమీద; అని 'జగతి' పదమునకు నొకచోట స్థలమనియు, మరొకచోటఁ దిన్నెయనియు హృదయోల్లాస వ్యాఖ్య తెలుపుచున్నది. జగతి శబ్దమునకుఁ దిన్నె యను నర్థము కానరాదు. ఇక్కడ "జగిలె"యను పాఠమును "భారతి" తెల్పుచున్నది. జగులి లేదా జగలి యన్నది కన్నడ పదము. తిన్నె యని యర్థము. కవి యా పదమును 'జగిలె'యని నాఁటి వ్యవహారము ననుసరించి కాఁబోలును వాడియున్నాఁడు. ఇట్లే "బిడార" యను కన్నడ పదమును "బిడారు" అని ప్రయోగించియున్నాఁడు (1-130. అర్జునుఁ డు చంద్రకాంతశిలా వేదికపైఁ గూర్చొని యుండె ననుట ప్రకటార్థము.

(1-94) తీయఁగఁ బంచదార వెను
తీయఁగఁ బల్కి ననున్ ద్వితీయఁగన్

దంత్య తాలవ్య చ-జల విషయము బాలవ్యాకరణములోఁ జెప్పబడియున్నది. (సంజ్ఞా. సూ. 8-10) దీనికిఁ బూరకముగఁ బ్రౌఢవ్యాకర్త 'ఒకానొకచో జకారం "బుభయంబు నగు" నని సూత్రము (సంజ్ఞా. 5) వ్రాసి "శ్లేషయందు జకారం మొక్కటియ యొక యర్థమున దంత్యమును, వేఱొక యర్థమునఁ దాలవ్యము నయ్యెడు నని యర్థము" అని వివరించెను. ఉదా:

అకట! పాండురాజయశ మెన్నవెతి. రామ. 1- ఆ. పాండుర అజయశము. రామాణార్థమున "జకారము" తాపల్యము. పాండురాజ! యశము. భారతార్థమున "జకారము" దంత్యము.

ఇట్లే శ్లేషయందు "చకారము" ఒక యర్థమునఁ దాలవ్యముగను, మఱొక యర్థమున దంత్యముగను గాఁదగిన ప్రయోగమును బ్రౌఢ వ్యాకర్త చూపవలసి యుండెను. కాని యట్టి ప్రయోగ మాయన దృష్టికందకపోవుట చేతఁ గాబోలును "చకార" ప్రసక్తి నెత్తికొనలేదు. దానికిఁ బై విజయవిలాస ప్రయోగము సరి యుగు లక్ష్యమగుచున్నది. కవి యిందుఁ బంచదార శబ్దమును శ్లేషలో వాడియున్నాఁడు. పంచదారన్ = అయిదుగురికి (పాండవులకు) భార్య యగు ద్రౌపదిని, ఇక్కడ 'పంచదార' తత్సమము. కావున నిందలి "చకారము" డాలవ్యము. పంచదారన్ = చక్కెరను; ఇది దేశ్యపద మగుటచే నిందలి "చకారము" దంత్యము. ద్రౌపదిని మీఱునట్లు నన్ను వివాహము కమ్ము; చక్కెరకంటెఁ దియ్యగఁ మాటలాడి నన్నుఁ జేపట్టుమని యరద్వయము.

(1-100) చిలువ చెలువంపుఁ బల్కులం జిలువ చెలువ

ఇందు "చిలువ చెలువంపుఁ బల్కులన్" అను పదములకు హృదయోల్లాస వ్యాఖ్య 'నాగుపాము వంటి యందముగల మాటలతో' నని యర్థమును వ్రాసి 'భయము కలిగించే అందము' అను విశేషార్థమును దెల్పినది. నాగుపామునకు భయము కలిగించు నఁదమున్న మాట యథార్థము కావచ్చును. కాని యులూచి పల్కులు భయము గలిగించు నందమైన పల్కులా? ఆ పలుకులను విని యర్జునుఁడు భయపడెనా? భయపడి యులూచిని జేపట్టెనా? "వలచి వలపింపడే యెంతవారి నౌన" (1-110) ఉలూచి యర్జునుని వలచినది. అతఁడు తన్ను వలచునట్లు చేసికొన్నది. అర్జునుఁ డామె సౌందర్యమునకు ముగ్ధుఁడై పరిగ్రహించిన వాఁడే

కాని భయపడి కాదు గద! (చూ. 1-104). చిలువ చెలువము వేఱు. నివ్వెర గొలుపు చుఱుకుదనము. వక్రగతి-యందలి విశేషములు. ఉలూచి సోయగములో నామె యొయ్యారములోని నీ చక్కందనములు, ఆమె పలుకులలోని వక్రోక్తి సౌందర్యము విజయుని లోఁగొన్న వనుట సరసము. దీనికి వ్రాఁత ప్రతిపాఠ మిట్లున్నది:

"చెలువు చెలువంపుఁ బల్కులఁ జిలువ చెలువ" చెలువు చెలువంపుఁ బల్కులన్ = అత్యంత విలాసయుక్తమైన పలుకుల చేతనని. ఇది పాఠాంతరముగ స్వీకరింపఁబడినది.

1-141 కలదు వలి గబ్బి గుబ్బెత చెలిమి యనుచు

అర్జునుఁడు పాండ్యరాజ కుమారి చిత్రాంగద సోయగమును గాంచి మరులుగొని యుండెదు. అపుడాతని నెచ్చెలికాఁడు విశారదుఁడు రెండు తామరమొగ్గలను అర్జునుని చేతి కిచ్చి "యిట్లే యా రాకుమారి చెలిమి తన మిత్రునికిఁ గలుగుఁ గాక"యని యాత్మలోఁ దలంచె ననుట ప్రకృత విషయము. "వలి గబ్బి గుబ్బెత చెలిమి" యను చోట "వలి గబ్బి గుబ్బల చెలిమి" యనునది బ్రౌను ప్రతిపాఠము. రెండు తామర మొగ్గలు "వలి గబ్బి గుబ్బలకు" స్ఫోరకములు. మరియుఁ "జేతి కందిచ్చినట్లు" అన్నది 'గుబ్బెత చెలిమి' పదముతో సమన్వయింపదు. ఇక్కడ బ్రౌను ప్రతి పాఠమే హృద్యమైనదని తలంచి దానిని బ్రధాన పాఠముగ స్వీకరించితిమి.

2-110 మిహికాకర రేఖ మించు మించున్ మించున్

సుభద్ర శరీర కాంతి - మిహికాకర రేఖ = చంద్రరేఖ యొక్క, మించున్ = కాంతిని, మించున్ = అతిశయించును. బ్రౌను ప్రతిలో "మిహికాకర రేఖ రేఖ మించున్ మించు న్" అను పాఠముగలదు. మిహికాకర చంద్రుని, రేఖ = కళ యొక్క, రేఖ = అందమును, మించున్ = మెఱపును, మించున్ = అతిశయించును. అనగా నని సాటి కాఁ జాలనని భావము. ఈ పాఠ గ్రహముజేరేఖ, మించు శబ్దముల పునరావృత్తిచే యమక శోభ యతిశయించినది.

3-130 నాగవలి సేయుదురు గాక వేగ కదలి

3-171 లోలత నింక నాగవలి లోపల నిష్ఠుర మేల

పై రెండు చోటుల 'నాగవలి' శబ్దము ప్రయుక్తమై యున్నది. మొదటి దానిలో "గ కారము" ప్రాస బద్ధమై యున్నది. వ్యవహారమున నాగవలి, నాగవల్లి యను రెండు పదములు గలవు. 'నాగవల్లి నిష్ఠుర' మను నది యొక నానుడి యై ప్రచారములో నున్నది. కాని యిక్కడ సరియైన పదము "నాకబలి". ఇది వివాహాంగ ప్రముఖ కార్యములలో నొకటి. ఇందు ముప్పది మూడు కోటి దేవత లారాధింపఁ బడుదురు. నాగులతో సంబంధము లేదు.

3-124 ముద్దు మొగ మెత్తరాదె యో మోహనాంగి!

మోహనాంగికి బదులు 'ముద్దు గుమ్మ' యను పదము బ్రౌను ప్రతిలోఁ గన్పట్టు చున్నది. ముద్దు మొగము-ముద్దు గుమ్మ పదములలో "ముద్దు" పద పునరావృత్తి రమ్యతరము.

1-128ఈ వచనమున మూడు చోట్లఁ గ్రింది వ్రాఁత ప్రతి పాఠములు యమక శోభితములై యుండుటచే స్వీకరింపఁబడినవి:

	ముద్రిత ప్రతి పాఠము	వ్రాఁత ప్రతి పాఠము
1.	అభ్యర్థ మణి కర్ణ యగు మణి కర్ణికన్	అభ్యర్థ మణి కర్ణిక యగు మణి కర్ణికన్
2.	కావేరి కాంతరిత	కావేరి వేరి కాంతరిత
3.	అపవర్గ రామేశ్వరం బగు రామేశ్వరంబు	అపవర్గ రామేశ్వరం బగు రామేశ్వరంబు

ఈ పరిష్కరణ మందు స్వీకరింపఁబడిన పాఠములు, పాఠాంతరములు సహృదయమోదకము లగునని యాశయము.

సంపాదకులు

శ్రీ

విజయ విలాసము

అవతారిక

(ఇష్టదేవతా స్తుతి - కృతిపతి వంశ ప్రశస్తి - రఘునాథ నాయకుని రమణీయ గుణగణములు - కృతి సమర్పణము - షష్ఠ్యంతములు)

ఇష్టదేవతా స్తుతి

శ్రీ లెల్లప్పు డొసంగ, నీ సకల ధా
 త్రీ చక్రమున్ బాహు పీ
ఠీ లగ్నంబుగఁ జేయ, దిగ్విజయ మీన్
 డీ కొన్న చందాన నే
వేళన్ సీతయు, లక్ష్మణుండుఁ దను సే
 వింపంగ విల్ పూని చె
ల్వౌ లీలన్ దగు రామమూర్తి రఘునా
 థాధీశ్వరుం బ్రోవుతన్. 1

ఉ. శ్రీ కలకంఠకంఠియు, ధరిత్రియు దక్షిణ వామ భాగముల్
గైకొని కొల్వ, వారిఁ గడఁకన్ గడకన్నుల కాంతిఁ దేల్చి, తా
నా రమలాప్తతం గువలయాప్తతఁ గెల్చెడు రంగభర్త లో
కైక విభుత్వ మిచ్చు దయ నచ్యుత శ్రీ రఘునాథ శౌరికిన్. 2

ఉ. 'శ్రీ రుచిరాంగి నీ భవనసీమ ధ్రువంబుగ నిల్చు; నేలు దీ
ధారుణి నీవ' యన్న క్రియ దక్షిణపాణి నెఱుంగఁజేయు శృం
గార రసాబ్ధి వేంకటనగ స్థిరవాసుఁడు పూర్ణదృష్టి నెం
తే రఘునాథ భూరమణదేవు గుణంబుల ప్రోవుఁ బ్రోవుతన్. 3

తే. ధీయుతుఁ డటంచు నలువ దీర్ఘాయు వొసఁగి
కాయు రఘునాథ విభు వజ్రకాయుఁ గాఁగ;
వీరవరుఁడని హరుఁ డత్యుదార కరుణఁ
జేయు నెప్పుడు విజయు నజేయుఁ గాఁగ. 4

మ. మొగుడుం దమ్ముల విప్పునప్పుడు రజంబున్, జక్రవాళంపుఁ గొం
డ గడిం దేఱుగ దైనపట్లఁ దమమున్, మందేహులం దోలి వా
సి గడల్మాన్తటియందు సత్త్వముఁ బ్రకాశింపన్ త్రిమూర్త్యాత్మకుం
డగు తేజోనిధి వేడ్కఁ జేయు రఘునాథాధీశుఁ దేజోనిధిన్. 5

శా. మాద్యద్దంతి ముఖార్చనా నియమమున్ బాటించు నెల్లప్పుడున్:
సద్యఃపూర్ణ ఫలాప్తిచే మనుచు నంతర్వాణులన్ మామనో
హృద్యుం డౌ రఘునాథశౌరి యని కూర్మిన్ సాటికిన్ బోటికిన్
విద్యాబుద్ధు లొసంగి ప్రోతు రతనిన్ విఘ్నేశుఁడున్, వాణియున్. 6

శా. ప్రాగల్భ్యంబున విష్ణు శంభు మతముల్ పాటించి, సర్వంసహా
భాగంబందు సమప్రధాన గతి యొప్పన్ రాజలోకంబులోఁ
దా గణ్యుం డని యచ్యుతేంద్ర రఘునాథ క్షోణిభృన్మౌళికిన్
శ్రీ గౌరుల్ సమకూర్తు రాహవజయశ్రీ గౌరులన్ నిత్యమున్. 7

మ. ప్రకట శ్రీహరి యంఘ్రిఁ బుట్టి, హరు మూర్ధం బెక్కి యాపాద మ
స్తకమున్ వర్ణన కెక్కు దేవి సహజోదంచ త్కులోత్పన్న నా
యక రత్నం బని యచ్యుతేంద్ర రఘునాథాధీశ్వర స్వామికిన్
సకలైశ్వర్యములున న్నిజేశువలనన్ దా గల్గఁగా జేయుతన్! 8

కృతిపతి వంశ ప్రశస్తి

క. ఆ రాజశేఖర ప్రియ
వారిజముఖి తోడు గా౦గ వర్ధిలు విమల
శ్రీరుచిర వర్ణమున ధా
త్రీరంజన సుకృతి చెవ్వనృపతి జనించెన్. 9

క. ఆ చెవ్వ నృపాలాగ్రణి
యాచంద్రార్కముగ౦ గాంచి, నరుణాచల, వృ
ద్ధాచలముల౦ గట్టించె, మ
హాచతుర సమీర గోపురావరణంబుల్. 10

తే. ఠీవి నచ్యుతరాయల దేవి యైన
తిరుమలాంబకు [1]ననుజ యై తేజరిల్లు
మూర్తమాంబను బెండ్లియై కీర్తి వెలయ౦
జెవ్వవిభు౦డు మహోన్నతశ్రీ౦ జెలంగె. 11

క. ఆ మూర్తమాంబ కఖిల మ
హీ మండలనాథు౦ డచ్యుతేంద్రు౦డు, సుగుణో
ద్దాము౦డు జన్మించెన్; ద
ద్భూమీపతి రంగధాము పూజన్ మించెన్. 12

శా. శ్రీరంగేశు౦డె వచ్చి, యచ్యుత ధరిత్రీభర్త యై, భాగ్య రే
ఖారూఢిన్ విలసిల్లి, తానె తనకుం గైంకర్యముల్ చేసె౦గా
కే రాజైనను జేయ౦గా గలిగెనే? యి ట్లీ విమానం బహో!
భూరి స్నిగ్ధముగా, మహా మణిమయంబుల్గా౦ గిరీటాదులున్? 13

చ. గెలిచిన గెల్పు, లర్థితతికిన్ దిన మిచ్చిన యీవులున్, వహు
ల్దల౦చిన విక్రమార్కు లొక లక్షయు౦, గర్ణులు కోటియున్, గదా!
కలిగిన నీడు వత్తు రన౦గా౦ దగు సాహస దాన సద్గుణం
బులు ధర యందు౦ బుట్ట౦గనె పుట్టిన నచ్యుత భూమిజానికిన్ 14

1. జెలియలై

శా. వీరాగ్రేసరుఁ, డర్థి పోషణ గుణావిర్భూత భాస్వ ద్యశో
ధౌరేయుండు, మణీతులాదిక మహా దానావళుల్ సేయఁ దా
నౌరా! మార్గము వెట్టినట్టి ఘనుఁ, డాహా! లోకమం దచ్యుత
క్ష్మారాణ్మౌళి యొనర్చు పుణ్యమహిమల్ శక్యంబె లెక్కింపఁగన్? 15

క. ఆ పుణ్యఫలంబు ననె ద
యా పాథోరాశి యైన యల యచ్యుత భూ
మీపతికిన్ రఘునాథ
క్ష్మాపాలుం డుదయ మయ్యె జైవాతృకుఁడై. 16

రఘునాథ నాయకుని రమణీయ గుణగణములు

ఉ. పుట్టిన దాదిగాఁ దనదు పుణ్యమె దాదిగ, వైరిభూమిభృ
ద్ధట్ట మదంబు దా దిగ, సదా దిగధీశ నుతప్రతాపుఁడై
పట్టమహాభిషేక బహుభాగ్య ధురంధరుడై యయోధ్య య
న్పట్టణ మేలు సామియె యనన్ రఘునాథ విభుండు వర్ధిలున్. 17

మ. రసికుండౌ రఘునాథు కీర్తిసతి యౌరా! తొల్త వాగ్బంధమున్,
రసవాదంబును, రాజవశ్యవిధి నేరంబోలుఁ; గాకున్న వె
క్కసపుం బ్రౌఢి వహించి శేషఫణి మూఁగం జేయఁ, దారాద్రి ను
ల్లసముల్ వల్కఁగ, ఛత్ర చామర మహా లక్ష్ముల్ నగన్ శక్యమే? 18

చ. నలువగ నెన్న నైన రఘునాథ నృపాలుఁడు గల్గఁగా మహీ
స్థలి నిఖిలైక ధర్మములుఁ దామరతంపరలై చెలంగెఁ; గొ
ల్లలుగ నశేష సజ్జన కులంబు సుఖంబు గనెన్; సమస్త వి
ద్యలుఁ గసటెల్లఁ బాసి మెఱపై వెలపెట్టె సభాంతరంబులన్. 19

ఉ. శైలము లెక్కి, యష్ట మదసామజ మౌళుల మీఁదుగా, మహా
కోలకులేంద్రు వాడి, బలు కొమ్ము మొనం బడి, సర్వదా విష
జ్వాలలు గ్రమ్ము శేష తల చాయనె యోడక వచ్చి కూడె నౌ;
భూలలితాంగి కెంత వలపో రఘునాథ నృపాలమౌళిపై? 20

సీ. రత్నాకరాం తోర్వరా విహారుం డౌట
నగ్రహారము లసంఖ్యముగఁ జేసె;
నమిత దానవినోది యౌటఁ గక్ష్యాంతర
భద్రకుంభీక్షణ వరతఁ దనరె;
దక్షిణ నాయకోత్తముం డౌట మేలైన
మలయజగంధి మండలము నేలె;
భరత విద్యా ధురంధరుఁ డౌట రంగస్థ
లంబు రామాలంకృతంబు చేసె;

తే. నౌర! కర్ణాట సింహాస నాధిరాజ్య
భరణ నిపుణ రణోద్దండ బాహుదండ
జనిత సాపత్న్య సంవాద జయరమా మ
హీ లలిత కేళి రఘునాథ నృపతిమౌళి, 21

శా. రాజున్, భోగియు, సౌమ్యుఁడున్, గవియు, సర్వజ్ఞుండు నీ డౌననన్,
దేజః ప్రౌఢవచో వివేక నయ భూతి శ్లాఘలన్ మించు నౌ,
రాజున్, భోగియు, సౌమ్యుఁడున్, గవియు, సర్వజ్ఞుండు నెబ్భంగులన్,
యోజింపన్ రఘునాథ భూరమణవర్యుండే ధరామండలిన్. 22

సీ. అరిది సింగపుఁబల్ల మమరించె నే రాజు
మేలుఁ దేజికిఁ బదివేలు సేయఁ
జికిలి బంగరుదిండ్ల పికిలి కుచ్చుల యంద
లం బెక్కె నే రాజు లక్ష సేయఁ;
గనక మయంబుగాఁ గట్టించె నే రాజు
సాటి లేని నగళ్లు కోటి సేయఁ;
గంఠమాలిక మొదల్ గాఁ బెట్టె నే రాజు
గొప్ప సొమ్ములు పదికోట్లు సేయ;

తే. నతఁడు విభుమాత్రుఁడే! బహుళాగ్రహార
నిత్య సత్ర మహాదాన నిరత పోషి

తాహిమాచల సేతు ద్విజాభిగీర్ణ
పుణ్యవిభవుండు రఘునాథ భూవిభుండు. 23

చ. త్రికరణ శుద్ధి నచ్యుతుని శ్రీరఘునాథ నృపాలు వైఖరిన్
సకల మహీసురావళికి సత్త్రము లెప్పుడు; బెట్టలేఁడకా
యొక దొర, యందు లెక్క విని యొక్కొకనాఁటికె యింత రొక్క! మిం
తకుఁ దెగసాగెనా! యనక తా ముద మందినఁ జాలు నెమ్మదిన్. 24

సీ. అడుగు మాత్రమె కాక యంత కెక్కుడుగ నీఁ
జాలెనే యల బలిచక్రవర్తి?
యా వేళ కటు దోఁచినంత మాత్రమె కాక
కోర్కి కెచ్చిచ్చెనే యర్కసూతి?
తూఁగిన మాత్ర మిత్తు ననెఁ గా కిచ్చ వ
చ్చినది కొమ్మనియెనే శిబి విభుండు?
కలమాత్ర మపు డిచ్చెఁ గాక కట్టడ గాఁగ
ననిశంబు నిచ్చెనే యమృతకరుఁడు?

తే. వారి నే రీతిఁ బ్రతి సేయవచ్చు నెల్ల
యర్థులఁ గృతార్థుల నొనర్చునట్టి యప్ర
తీప వితరణికి, మహాప్రతాప తిగ్మ
ఘృణికి, నచ్యుత రఘునాథ నృపతిమణికి? 25

ఉ. తప్పులు వేయుఁ గల్గినను దాళును నమ్మినవారిపట్లఁ; దాఁ
జెప్పినమాట యూర్జితము సేయు; నొకం డొరుమీఁదఁ గొండెముల్
సెప్పిన వానికై మనవి చెప్పిన రీతిగ నెంచు; నీడు గా
రిప్పటి రాజు లచ్యుతనరేంద్రుని శ్రీ రఘునాథ శౌరికిన్. 26

సీ. ఆకారమున నలు నంతవాఁ డౌనె కా
హయ సమ్యగారూఢి నంతవాఁడె!
యతి దయామతి రాము నంతవాఁ డౌనె కా
యసమాన గురుభక్తి నంతవాఁడె!

యమ్మృషోక్తి ధర్మజు నంతవాఁ డౌనె కా
యన్నసత్త్ర ఖ్యాతి నంతవాఁడె!
యాలంబునఁ గిరీటి యంతవాఁ డౌనె కా
యమిత నాట్యప్రౌఢి నంతవాఁడె!

తే. రసికమాత్రుండె యంతఃపుర ప్రవీణ
సార సారస్వ తాధార శారి కాశు
కవన కృత ముఖ శుకకళా కలన హృష్ట
బుధజ నాస్థాని రఘునాథ భూమిజాని? 27

ఉ. మాటల నేర్పులా! సరస మార్గములా! కొలు వుండు రీతులా!
పాటల గంధులా! కళలభాగ్యములా! బహుదానలీలలా!
నాటకశాలలా! యొక టనన్ వల దెన్నిటఁ జూడ నన్నిటన్
మేటియుఁ, గీర్తిలోలుఁడుఁ జుమీ! రఘునాథ నృపాలుఁ డిమ్మహిన్. 28

వ. అని రఘునాథ మహీకాంతు ననంత శోభన గుణమ్ములలోనఁ గొన్ని యభివర్ణించి. 29

తే. నన్ను నడిపిన బహుళ సన్మాన మెంచి
యఖిల విద్యావిశారదుఁ డగుటఁ గాంచి
'యవని నింతటి రా జెవ్వఁ' డని నుతించి
కృతు లొసఁగఁ గీర్తి కలదని మతిఁ దలంచి. 30

ఉ. తా రసపుష్టిమైఁ బ్రతిపదంబున జాతియు వార్తయున్ జమ
త్కారము నర్థగౌరవముఁ గల్గ ననేకకృతుల్ ప్రసన్న గం
భీరగతిన్ రచించి మహి మించినచో నిఁక శక్తు లెవ్వ ర
య్యా! రఘునాథభూప రసికాగ్రణికిన్ జెవి సోఁకఁ జెప్పఁగన్? 31

మ. కలిగెం గా తన సమ్ముఖం బనియు, సత్కారంబు తాఁ జేయ నా
తల నెందే శిరసా వహింతు రనియుం, దాఁ గాక లే దెందు సా
ధులకున్ దిక్కనియున్, దయన్ మనుపు రీతుల్ గార శక్యంబె వి
ద్యల మెప్పింపఁగ నచ్యుతేంద్ర రఘునాథస్వామి నెవ్వారికిన్? 32

చ. అని గణియించి యైనను, గుణాంశ మొకించుక కల్గినన్ బళా
యను; నదిగాక మిక్కిలి నిజాశ్రిత పక్షము కల్గు సత్కృపా
ఖని, యణుమాత్రమైన నొక కానుక దెచ్చినఁ గొండగాఁ గనున్;
మనమున నచ్యుతేంద్ర రఘునాథుఁడె శ్రీరఘునాథుఁ డెన్నఁగన్. 33

క. కావున నే నొనరించిన
యీ "విజయవిలాస"మనెడి కృతి రత్నంబున్
గేవల భక్తిని గానుక
గావించెదనని నితాంత కౌతూహలినై. 34

కృతి సమర్పణము

క. శుభవాసరమున, నయ్యెడ,
నిభ వాజిముఖోపదా నిరీక్షేచ్ఛ మహో
విభ వాభిరాముఁ డై భా
వభ వాకృతి భద్రపీఠ వాసోజ్జ్వలుఁడై. 35

సీ. కుందనంపుఁ బసిండి కుళ్లాయి జగలపైఁ
జౌకట్ల నిగనిగల్ చౌకళింప;
హురుముంజి ముత్యాల యరచట్టపై గొప్ప
పతకంపు హారముల్ పరిఢవిల్ల;
వెలచెప్పరాని కెంపుల వంకజముదాడి
పీతాంబరంబుపైఁ బెరిమె నెఱప;
గబ్బి మన్నె కుమార గండపెండేరంపు
జిగి పదాగ్రంబుపైఁ జెంగలింప;

తే. దొరల మంత్రులఁ గవుల నాదరణ సేయు
కరము కంకణకాంతి నల్లడల నిండ,
నిండుకొలు వుండెఁ గన్నుల పండువుగను
ఠీవి నచ్యుత రఘునాథ భూవిభుండు. 36

తే. అట్టు లొడ్డోలగం బున్న యవసరమున
వినయ భయ సంభ్రమములు నా వెంట నంట
ననుఁ గృపాదృష్టిఁ జల్లఁగాఁ గనుచు నుండ
సమ్ముఖమ్మున కరిగి, యంజలి ఘటించి. 37

ఉ. 'ఏలిక మాత్రమే? మహిమ నీశ్వరుఁడే తలపోసి చూడ, నా
పాలిటి రామభద్రుఁ' డని బంగరుఁబూవులఁ బూజ చేసి, నేఁ
జాల నలంకృతిం బొసఁగు సత్కృతి కానుక చేసి, కీర్తి భూ
శ్రీ లలితాంగులన్ వలవఁ జేసిన శ్రీ రఘునాథ శౌరికిన్. 38

ఉ. శ్రీ రస భావముల్ వెలయఁ జెప్పి ప్రబంధము లెన్నియేని మీ
పేరిట నంకితం బిడిన బిడ్డల నెందఱఁ బేరు పెట్టినన్
దీరునె ఈ ఋణం? బయినఁ దెచ్చితిఁ గాన్క పరిగ్రహింపు మ
య్యా! రఘునాథ భూప రసికాగ్రణి! మామక కావ్యకన్యకన్. 39

సీ. ఘోటక ఖుర పుట క్షుణ్ణ ధరా జాత
పాంసువు పై నుల్లభంబు గాఁగ,
భట సింహ విక్రమోద్భట సింహనాదముల్
స్వస్తి నాదంబుల చంద మొందఁ,
బది దిక్కు లొక్కటఁ బగిలి బీఁటలువాఱఁ
భేరీ నినాదముల్ బూరటిల్ల,
విజయ సమారబ్ధ వేళఁ గౌతుకమున
మొగమున గరువంపు మురువు దోఁప,

తే. నౌర! పెండ్లికి నేఁగిన ట్లనికి నేఁగి
యక్ష తంత్రంబు లివి యేటి లక్ష మనుచు
రేక మోవక గెల్చుట నీకె చెల్లు
సమరనిశ్శంక! రఘునాథ సాహసాంక! 40

సీ. ఎంచి రంటివి గాని యీసారి గట్టిగాఁ
దెగుఁ గార్య మను వార్తఁ దెలుపవైతి;

మించి రంటివి గాని మేదిని యదరంగ
నడిచె సైన్యం బని నుడువ వైతి;
వంటి రంటివి గాని యాభీలతర భటో
ద్భట సంగరం బని పలుక వైతి;
మొగిసి రంటివి గాని ముకుటముల్ గల రాజ
శేఖరుల్ పడుట సూచింప వైతి;

తే. వనుచు నీధాటి కెరవాఋ సహితవీరు
లదరునను మాట వెడలక బెదరి పల్కు
చారుఁ గని నేర మెంతురు సారె సారె
సమరనిశ్శంక! రఘునాథ సాహసాంక! 41

సీ. భిన్న కటంబులై పేరు పెంపును లేక
గంధనాగంబు లెక్కడ నడంగె?
బాహ్లిక శక సింధు పారసీ కోద్భవ
హయ ఘట్ట మే గొందియందు డిందెఁ?
బోటు గంటులఁ దూఁటిపోవు దారుణమైన
మాస్టీల గమి యెందు మ్రగ్గిపోయె?
గర్వంబు మేనులు గన్నట్టు లుండెడు
దొరల యామిక లెందుఁ దొలఁగి పోయెఁ?

తే. బరుల పాళెంబు లీ రీతిఁ బన్న మొంద
మాయ వన్నెను నీ ఖడ్గ మంత్రవాది
గెలిచినను నేమి మేలైన గెలుపు గంటి!
సమరనిశ్శంక! రఘునాథ సాహసాంక! 42

సీ. రంభ వాకిటను దోరణములు గట్టెడు
తీవర మొక కొంత దీలువడియె;
మేనక యింటిలో మేల్కట్లు సవరించు
సంరంభ మొక కొంత సడలువాటెఁ;

గనకాంగి యింటిలోఁ గర్పూరవేదికల్
సవరించు టొక కొంత జాగుపడియె;
హరిణి బంగరుమేడ నరవిరి సెజ్జలు
నిర్మించు టొక కొంత నిలుక డయ్యె;

తే. మబ్బు గొబ్బున నీ శౌర్యమహిమ వినక,
తెగువ తోడుత నెదిరించి, తిరిగి, విఱిగి
పాఱిపోయిన మన్నీల పాటు సూచి
సమరనిశ్శంక! రఘునాథ సాహసాంక! 43

సీ. అతుల భూరి ప్రతాపార్క దీధితిచేత
గట్టిగాఁ గాఁకలు పుట్టు పిదప,
ఘోరారి గళరక్త ధారాళ సృష్టిచే
నాని దుక్కికిఁ బద నైనపిదప,
హయ ధట్ట ఖుర పుట హల్యా ముఖంబున
నంతట దున్నిన యట్టి పిదప,
మొలచిన నీ కీర్తి మొలకలు తఱుచుగా
వెదపెట్టి పైరు గావించుపిదపఁ,

తే. గాపు నిలుపవె బేతాళ గణము నెల్ల
నట్టి పట్టుల కరిగి నీ వరుల నోదె
పాటు చేసితి వనుట యేపాటి తలఁప
సమరనిశ్శంక! రఘునాథ సాహసాంక! 44

సీ. ఒకరు వోయిన దెస కొకరు వోవక పాఱ
నరివీరులకు దాహగరిమ మించె;
గడగడ వడఁకి నల్గడల కేఁగక భీతిఁ
జెందిన వారిపైఁ జెమట పుట్టె;
మున్నాడి యెలగోలు మూఁకలఁ బోట్లాడు
పరుల మైఁ బాటల ప్రభలు మీఱెఁ;

జేగ దెచ్చుక కొంత సిగ్గున నెదిరించు
రాజుల యొప్పు బీరము తొలంగెఁ;
తే. దెగువతోడుత ధరియించి తీవ్ర కోప
భరిత రూక్షాక్షి నియమిత ప్రభల పేర
నీవు ఘర్మార్క విస్ఫూర్తి నెఱపునపుడు
సమరనిశ్శంక! రఘునాథ సాహసాంక! 45

సీ. తలలు వీడఁగఁ బాఱు ధరణీశ్వరులఁ జూచి
యంటి వెన్నాడని యట్టి మహిమ,
పడిన యేనుంగుల ప్రక్కల కొదిగిన
రాజులఁ జూడని రాజసంబు,
జళిపించు చంద్రహాసములు పాఱఁగ వైచి
మ్రొక్కువారల మీఁద మొనపు కరుణ,
నెత్తురు గనుపట్ట హత్తిన భీతిచేఁ
గలవరించినవారిఁ గాచు గరిమ,
తే. మొన్నఁ దనమీఁదఁ బలముతో నెనసి మొనసి
విఱుగు రాణువఁ బొమ్మను వీరవరుని
కీర్తిఁ గంటివి జగదేక కీర్తనీయ
సమర నిశ్శంక! రఘునాథ సాహసాంక! 46

క. అని విన్నవింపఁ జిత్తము
నన లొత్తఁ బరిగ్రహించి నాపై నింతం
తనరాని వత్సలత్వము
కనిపింపఁగ హర్షభర వికస్వర ముఖుఁ డై. 47

తే. "కలనయిన మిమ్ముఁ గా కన్యుఁ గొలువ నంటి,
కృతు లొకరి కీను మీకె యంకితము లంటి,
పలికిన ప్రతిజ్ఞ చెల్లింప వలదె యిట్లు?
వాఙ్నియమ రూఢి నీయంత వాఁడెఁకేఁడి? 48

క. వాసించుఁ గవిత చెప్పిన
వీసర వో వొకట; భక్తి విశ్వాసంబుల్
నీ సొమ్ములు: సామాన్యుఁడ
వే? సూర్యవరప్రసాది విజ్జగ మెఱుఁగన్. 49

క. ప్రతి పద్యమునందుఁ జమ
త్కృతి గలుగం జెప్ప నేర్తు; వెల్లెడ బెళు కౌ
కృతి వింటి మపారము గా
క్షితిలో నీ మార్గ మెవరికిన్ రాదు సుమీ! 50

తే. క్షత్ర ధర్మమ్మె కద నీకుఁ గలది మొదలఁ
దమ్ములు సుతుల్ హితులు గూడ మమ్ముఁ గొలిచి;
తిపుడు గృతియును జెప్పి మా కిం పొనర్చి;
తొకటఁ గా దన్నిటను బ్రయోజకుఁడ వీవు." 51

తే. అని సుధా మధు రోక్తుల నాదరించి
మంజుల పదార్థ భూషణాంబర కదంబ
కరి తురంగాది వాహనోత్కరము లిచ్చి
న న్నసాధారణముగ మన్నన యొనర్చ. 52

చ. అభినవ భోజరాజ బిరుదాంకుఁడు శ్రీ రఘునాథ శౌరి నన్
శుభమతి నేలినందులకు సూడిద చేసితి, నౌర! మిక్కిలి
న్నభల గణింప మన్నన లొనర్చెఁ, బ్రబంధము నింతయుత్తమ
ప్రభునకు నంకితం బొనరుపం గలిగెం గద! యంచు వేడుకన్. 53

ఉ. ఆనతి యిచ్చెనా, యది శిలాక్షర; మెవ్వని నేని మెచ్చెనా,
వానిఁ గృతార్థుఁ జేయు; బగవాఁ డయినన్ శరణంబుఁ జొచ్చెనా,
యా నరు నేర మెంచక తనంతటివాని నొనర్చు; నిచ్చెనా,
యేనుఁగుపాఁడి; యీడు గలదే రఘునాథ నృపాలమౌళికిన్? 54

ఉ. ఎందును విద్య మేలెఱుఁగ రెవ్వ; రెఱింగినఁ గొంతమాత్రమే;
యందును సాహితీ రస మహత్త్వ మెఱుంగ; రెఱింగిరేని యా
యంద మెఱుంగలే; రెఱిఁగినప్పటికిన్ విని మెచ్చి యీయ; రె
న్నం దగు నచ్యుతేంద్ర రఘునాథ విభుండె ప్రవీణుఁ డన్నిఁటన్. 55

సీ. ఏ రాజు భుజశౌర్య మేదురలఖా నాది
వజ్రీల చెలిమికి వశ్య విద్య,
యే రాజు విక్రమసారంబు విద్వేషి
మహిమ పలాయన మంత్రశక్తి,
యే రాజు వీక్ష సమీహిత కర్ణాట
రమ నాట్య విద్యకు రంగభూమి,
యే రాజు చరితంబు వారాశి వేష్టిత
మేదినీ పతులకు మేలుబంతి.

తే. యతఁడు చెలువొందుఁ జినచెవ్వ యచ్యుతేంద్ర
బహు జనన పుణ్య పరిగణ్య ఫలనిభాత్మ
పుత్రభావ ప్రమోద సంపూర్ణ హృదయ
పంకజాక్షుండు రఘునాథ పార్థివుండు. 56

సీ. సింహాసనము మాట శిథిల మౌటలు విని
గట్టిగా నిలుపఁ గంకణము గట్టెఁ;
గోటిసంఖ్యలు మీఱఁ గూర్చిన ధనరాశిఁ
గొల్లు వారల కిచ్చెఁ గొల్లు వలెనె;
తుండీర పాండ్యాది మండలేశ్వరులపై
దండెత్తి విడిసె నుద్దండ మహిమ;
నేల యీనినయట్లు నిలిచిన వైరులఁ
బంచబంగాళమై పాఱఁ దఱిమె;

తే. గర్వి తారాతి మస్తక ఖండనోత్థ
రక్తధా రానుషం గాతిరక్త ధార

నిజ కృపాణికఁ గావేరినీటఁ గడిగె
నిఖిల గుణశాలి రఘునాథ నృపతిమౌళి. 57

సీ. ఘన ఘనా ఘనముల కాల సంకెలఁ బెట్టి
పాండ్యుని వెన్నాడి పాఱఁ దఱిమెఁ;
దుండీర నాథుండు దురమునఁ బఱవంగఁ
జూచి ప్రాణము దయఁ గాచి విడిచెఁ;
గయ్యాన వెనుకఁ ద్రొక్కని రాజు లెదిరింపఁ
జేరిన రాజ కౌశికులఁ బట్టెఁ;
బోరాడఁగా రాని వైరుల కోటలు
పంపులచే లగ్గపట్టి తివిచె;

తే. నితఁడు సామాన్యుఁడే ధర నెంచి చూడ
విజయ నిస్సాణ రావ నిర్విణ్ణహృదయ
భీత రాజన్య సైన్య నిర్భీతిదాన
బిరుద నిజపాణి రఘునాథ భిదురపాణి. 58

ఉ. ఇచ్చునెడఁ బదార్థ మడి గిచ్చునొ; తా దయసేయఁ గాదనన్
వచ్చునొ; మించి యొక్కఁ డన వచ్చినన్ దా నది యిచ్చగించునో
యిచ్చిన నిచ్చెనే; సరగ నెవ్వరిపై దయచేసెఁ జేసెనే;
యచ్చతురాస్యుఁడున్ దెలియఁ డచ్యుతు శ్రీరఘునాథుని చిత్తమున్. 59

షష్ఠ్యంతములు

క. ఏతాదృ గ్గుణ ఖనికిన్
సీతాదృగ్జ్యోమహ నాంఘ్రి సేవా ధనికిన్,
శాతాసికలిత బాహా
స్ఫీతాసిక విమతరాజ నిఖిలావనికిన్. 60

క. సాక్షా న్మనోజునకు, క్షో
దక్షమ రస భావ సుకవితా భోజునకున్,

దాక్షిణ్య గణేయునకున్,
దక్షిణ సామ్రాజ్య విభవ ధౌరేయునకున్. 61

క. సుస్థిర లక్ష్మీ మహిత మ
ణిస్థగిత గృహాంగణునకు, నేపాళ నృపా
ల స్థాపన చణునకు, సక
లాస్థాన ప్రణుత వర గుణాభరణునకున్. 62

క. కీర్త్యౌదా ర్యాధరి తా
మర్త్య మహీరుహ సుధాబ్ధి మహికా ఘృణికిన్
ధౌర్త్యవ దరి కరి సృణికిన్
మూర్త్యంబా గర్భశుక్తి ముక్తామణికిన్. 63

క. అఘటన ఘటనా చాతు
ర్య ఘనోర్జిత కార్య నిర్వహణ ధూర్వహ ధీ
మఘ వాచార్యున కచ్యుత
రఘునాథ వసుంధరాధిరా డ్వర్యునకున్. 64

వ. అభ్యుదయ పరంపరాభివృద్ధిగా నా యొనర్పం బూనిన విజయవిలాసంబను శృంగార ప్రబంధమ్మునకు గథాక్రమంబెట్టిదనిన; నైమిశారణ్య మహర్షులకు రౌమహర్షణి యిట్లని చెప్పం దొడంగె. 65

శ్రీ

విజయ విలాసము

ప్రథమాశ్వాసము

(ఇంద్రప్రస్థ పురీ వైభవము - ధర్మరాజు ధర్మపాలనము - అర్జునుని సౌశీల్యాదులు- గదుఁడు గావించిన సుభద్రా సౌందర్య ప్రశంస - సమయభంగమునకై యర్జునుఁడు తీర్థయాత్ర కేఁగుట - అర్జునుఁడు గంగాభవానిని స్తుతించుట - గంగాతీరమున నాగకుమారి యులూచి యర్జునుని గాంచి మరులు గొనుట - ఉలూచి యర్జునుని సోయగమును మెచ్చుట - భోగవతిలో నర్జునుఁడు ఉలూచి విభ్రమము చూచి సంభ్రమాశ్చర్యముల నొందుట - ఉలూచి యర్జునుల సరస సంవాదము - అర్జునుఁ డులూచిని సుఖ సాగరమునఁ దేల్చుట - ఇలావంతుని జననము - ఉలూచి యర్జుననకు వీడ్కో లొసఁగుట - అర్జుఁనుడు తన నెచ్చెలి విశారదునితో నులూచీ ప్రణయ ప్రసంగమును వర్ణించుట - అర్జునుని యనంతర తీర్థయాత్రా ప్రకారము - అర్జునుఁడు పాండ్యరాజసుత చిత్రాంగదను జూచి విరాళి గొనుట - సాయంకాల శోభ - విశారదుఁడు పెండ్లి రాయబారము నడుపుట - ఆశ్వాసాంతము)

ఇంద్రప్రస్థపురీ వైభవము

శా. చంద్రప్రస్తర సౌధ ఖేలనపర శ్యామా కుచ ద్వంద్వ ని
స్తంద్ర ప్రత్యహ లిప్త గంధ కలనా సంతోషిత ద్యోధునీ
సాంద్ర ప్రస్ఫుట హాట కాంబురుహ చంచ చ్చంచరీ కోత్కరం
బింద్రప్రస్థ పురంబు భాసిలు రమా హేలా కళావాస మై. 1

ఉ. ద్వారక ముద్దుఁజెల్లె లంట తన్నగరీమణి; సృష్టి యన్నిటం
దేరుగ డైనచో నిదియ నేర్పుల మే రని యెంచి చేసెఁ బో
ధారుణి విశ్వకర్మ; గుఱి దానికి నెక్కడ నీడు లేని సిం
గారము గల్గు టందు వెనుకన్ సృజియింపక యుండుటే సుమీ. 2

క. వెండియుఁ బైఁడియుఁ దడఁబడు
చుండుం బురి నెందుఁ జూడ; నుగ్రాణములై
యుండంగా వలె నందలి
యిండులఁ గైలాస మేరు పృథ్వీధరముల్. 3

సీ. తడఁబాటు గలదు వేదముల నాతని కంచుఁ
బరమేష్ఠి మెచ్చరు ధరణిసురులు;
కడమాటు పగవానిఁ గని చేమఱచె నంచు
భార్గవు మెచ్చరు బాహుజనులు;
పనికి రా కొకమూలఁ బడియె నాతనివస్తు
లని కుబేరుని మెచ్చ రర్యజనులు;
[1]వీటిపా టైన నాఁగేటి పాటున నేమి
యని హలాయుధు మెచ్చ రంఘ్రిభవులు;

తే. పాడి దప్పక, ధర్మంబు పట్టువిడక,
లక్షలకు నమ్మఁ జాలి, నల్గడల భూమి
వరులు మే లనఁ దగి, యిట్లు పురిఁ బొలుతురు
చదువు సాముల ధన ధాన్య సంపదలను. 4

---

1. అందు నాలవజాతి హలము ఖైశ్వర్యంబు
చే వృషధ్వజుని వంచింపఁ దలఁచు

2. నౌర మేలనఁ దగినట్టు లా పురమునఁ
జదువు సాముల ధన ధాన్య సంపదలను
సమత నొందుచు వర్ణాశ్రమముల వార
లెలమి నుందురు కల్యాణ కలితు లగుచు. (భారతి)

ఉ. "నీ సరియైన దేవతటినిన్ గలఁగించెద నీ వడంపుమా
నాసరి శేషపన్నగ ఫణానివహంబు" నటంచు నప్పురిన్
బాసలు సేసికొన్న వన భాసిలు సాలశిఖాళి ఖేయముల్
మోసమె యైన విష్ణుపదమున్ బలిపీఠము ముట్ట నేటికిన్? 5

ఉ. రే లమృతాంశులో శశము రెమ్మ్రద మంచుఁ దలంచి, జాళువా
మేలి పసిండి సోయగపు మేడల గుజ్జెనగూళ్ళ సందడిన్
బాలిక లుండి, యావలఁ జనం గని చింతిలి 'వంటయింటి కుం
దేలిది యెందుఁ బోఁగలదు నేఁటికి నే'మని యందు రందులన్. 6

ఉ. పున్నమరేలఁ దత్పురము పొంతనె పో శిఖరాళి దాఁకి, వి
చ్ఛిన్నగతిన్ సుధారసము చింది పయిన్ దిగువాఱ నంతనుం
డి న్నెల సన్నగిల్లు; నది నిక్కము గా దనిరేని యా పదా
ర్వన్నె పసిండి మేడలకు రాఁ బని యే మిల సౌధనామముల్? 7

ఉ. వేడుక నప్పురీహరుల వేగముఁ గన్గొని లేళ్లు గాడ్పుతోఁ
గూడి చనన్ వలెన్ మనము; గూడఁగ నోపక యోడినట్టి వా
రోడనివారి మోచు టని యొద్దికఁ బందెము వైచి కూడలే
కోడెనొ కాక, మోయఁగఁ బ్రయోజన మే మనిలున్ గురంగముల్? 8

ఉ. చుట్టును గట్టియుండు నొకచో నెడ మించుక లేకయుండఁ ద
త్పట్టణ బాహ్యభూముల మదావళ మండల మేమి చెప్ప! ని
ట్టట్టుఁ దెమల్పరా కరి భయంకర మై దివితోడ రాయు; నౌఁ:
బెట్టనికోట గాదె గజబృందము లెందును రాజధానికిన్. 9

ఉ. గాళకు లాపురీ భటశిఖామణు లెక్కటి యుక్కుతున్క; లా
భీలత రాశనుల్ చిదిమి పెట్టిన బంటులు వైరి కెల్ల; బే
తాళుఁడు వచ్చి దగ్గఱిన దబ్బర గా దొకదెబ్బ తీయఁగాఁ
జాలుదు; రేమి చెప్ప మఱి సాదన నేటును సాహసంబునన్. 10

సీ. ఆరామ సీమలయందు నుండి పవళ్లు
ముద మెసంగ వసంతుఁ డదురుచూచు;

మునిమాపుకడలఁ గ్రొన్ననవింటి నెఱజోదు
కేళిమందిరముల కెలనఁ జూచుఁ;
బ్రొద్దు వోయిన వేళ రోహిణీప్రాణేశుఁ
డుదిరి మేఁడల మీఁద వెదకి చూచుఁ;
దెలతెలవాఱంగ మలయ గంధవహుండు
సోరణగండ్లలోఁ జొచ్చి చూచు;

తే. నా పురి విలాసవతుల యొయ్యారములకుఁ
గడు సొగసి, వారి రాకలు కాచి కాచి
విరహులఁ గలంచువారె యివ్విధము గాఁగ
నున్నవారల నిఁక వేఱె యెన్న నేల? 11

క. మగవానిని మగవాఁడును,
మగువను మగువయును వలచు; మఱి యేమన న
న్నగరపు రాజకుమారుల
జిగిబిగి సోయగము, చెలుల సింగారంబుల్! 12

చ. పొలయలు[1]కల్ వహించి, వలపుల్ మొలిపించు పిసాళి గబ్బి గు
బ్బల జవరాండ్రు మై గగురుపాటున "నేటికి వచ్చెనమ్మ? యీ
పిలువని పేరఁటం" బనుచు బెగ్గిలి, నాథులఁ గౌఁగిలింపఁగాఁ
బొలుపుగ నందుఁ బెండ్లి నడుపుల్ నడుపున్ వలినాలి తెమ్మెరల్. 13

ఉ. ప్రాయపు నాయకుల్ వెల నెపాల నెగాదిగఁ జూడ "నేర్పు లౌ
రా యివి దండ మీఁద గొసరం దొరఁకొంటిరి; మంచి సాములే
పో యటు లైనచో సరసముల్ గద మీ కిపు!" డంచు నప్పురిన్
గాయజు తూపు లమ్ముదురు కందువ మాటలఁ బుష్పలావికల్. 14

సీ. గొప్ప లై మిన్నందు చప్పరా లెక్కి లాఁ
గులు వైచుచోఁ జంద్రకళ లనంగఁ,
గనకంబు వర్షించు ఘనుల మ్రోల నటించి
మెఱయుచోఁ దొలకరి మెఱపు లనఁగ,

---

1. కాని యున్న పువుఁబోఁణులు ఖండిత నాయికా లలా, మలు మది నియ్యకోల్ వలయు మానినులే

మాటికిఁ జూపర మది కాస గొల్పుచోఁ
    బ్రతిలేని బంగారు ప్రతిమ లనఁగఁ,
గుపితనాథులఁ గూర్మిఁ గొసరు జంకెన నాటఁ
    గనుచో మరు శిలీముఖము లనఁగఁ,

తే. జెలఁగి యింపుగ నగఁ, బాడఁ జెప్పఁ, జదువ,
వలవ, వలపింప నేర్చిన యలరుఁబోండ్లు
విపుల భరత కళాశాస్త్ర నిపుణ లైన
బిరుదుపాత్రలు గలరు తత్పురమునందు. 15

సీ. అతివినోదము గాఁగ రతుల మెప్పించు నీ
    పచ్చల కడియాల పద్మగంధి;
చక్కెర మో విచ్చి చవులఁ దేలించు నీ
    ముత్యాల కమ్మల మోహనాంగి;
తృణముగా లోఁజేయు నెంతటివాని నీ
    నీలాల ముంగఱ నీలవేణి;
వెలలేని పొందిక విడివడి మెఱయు నీ
    కెంపులబొగడల కీరవాణి;

తే. యనుచుఁ దమలోన నెఱజాణతనము మీఱ,
వారకాంతామణుల మేలు వార్త లెల్లఁ
దెలుపుచును వెన్నెల బయళ్ళఁ గలసి నగుచు
విటులు విహరింతు రప్పురి వీథులందు. 16

తే. పోఁక ప్రాఁకుల మహిమ, కప్పురపు టనఁటి
యాకుఁదోఁటల సౌభాగ్య మందె కలదు;
ప్రబలు మౌక్తిక సౌధ సంపదల గరిమ
వీటి రహి మెచ్చ వలయుఁ బో వేయు నోళ్ళ. 17

ఉ. ఆణి మెఱుంగు ముత్తెపు టొగారపు ముగ్గులు, రత్నదీపికా
శ్రేణులు, ధూపవాసనలు, హృద్య నిరంతర వాద్య ఘోషము

ర్రాణఁ బొసంగఁ బ్రోలు మిగులన్ గనువిం దొనరించు నిత్య క
ల్యాణముఁ బచ్చతోరణమునై జను లందఱు నుల్లసిల్లఁగన్. 18

ధర్మరాజు ధర్మ పరిపాలనము

ఉ. ఆ పుర మేలు 'మేలు! బళి!' యంచుఁ బ్రజల్ జయవెట్టుచుండ నా
జ్ఞా పరిపాలన వ్రతుఁడు, శాంతి దయాభరణుండు, సత్య భా
షా పరతత్త్వ కోవిదుఁడు, సాధుజ నాదరణుండు, దాన వి
ద్యా పరతంత్ర మానసుఁడు ధర్మతనూజుఁ డుదగ్రతేజుఁడై. 19

శా. దేవ బ్రాహ్మణ భక్తి ప్రోవు, ప్రియ వక్తృత్వంబు కాణాచి, వి
ద్యావైదుష్యము దిక్కు, ధర్మమునకుం దార్కాణ, మర్యాదకున్
ఠా, వౌచిత్యము జీవగఱ్ఱ, హిత శిష్ట వ్రాత సంతోషణ
శ్రీ వజ్రాంగి యజాతశత్రుఁడు మహీభృ న్మాత్రుఁడే చూడఁగన్? 20

సీ. అవలఁ బోయిన వెన్క నాడు టెన్నఁడు లేదు,
మొగము ముందఱ నంట మొదలె లేదు,
మనవి చెప్పినఁ జేయకునికి యెన్నఁడు లేదు,
కొదవగా నడుపుట మొదలె లేదు,
చనవిచ్చి చౌక చేసినది యెన్నఁడు లేదు,
పదరి హెచ్చించుట మొదలె లేదు,
మెచ్చినచోఁ గొంచె మిచ్చు టెన్నఁడు లేదు,
మొక మిచ్చకపు మెచ్చు మొదలె లేదు,

తే. మఱియుఁ దొల్లిటి రాజుల మహిమ లెన్న
నితఁడె పో సార్వభౌముఁ డప్రతిముఁ డనఁగఁ
బ్రజలఁ బాలించె సకల దిగ్భాసమాన
కీర్తి విసరుండు పాండ వాగ్రేసరుండు. 21

సీ. ఎంత లెస్సగ నున్న నంత వేడుకె కాని
ప్రజల కల్మి కసూయపడుట లేదు;

తనుఁ గొల్వవలె నంద అను ప్రియంబే కాని
మానిసి వెగ టించుకైన లేదు;
నిచ్చ వేఁడిన నర్థి కిచ్చు చిత్తమె కాని
మును పింత యిచ్చితి ననుట లేదు;
రే వగల్ ధర్మ మార్జించు దృష్టియె కాని
న్యాయంబు తప్పిన నడక లేదు;

తే. 'కలఁడె యిటువంటి రాజు లోకమున నెందు?
జలధి వలయిత వసుమతీచక్ర మెల్ల
నేలవలె శాశ్వతముగాఁగ నీ ఘనుండె;
యేల వలె నన్యు?' లన నా నృపాలుఁ డలరె. 22

ఉ. కోప మొకింత లేదు; బుధకోటికిఁ గొంగుఁబసిండి; సత్యమా
రూపము; తారతమ్యము లెఱుంగు; స్వతంత్రుఁడు; నూతనప్రియా
టోపము లేని నిశ్చలుఁ డిటుల్ కృతలక్షణుఁడై చెలంగఁగా
ద్వాపర లక్షణుం డనఁగ వచ్చునొకో యల ధర్మనందనున్? 23

క. దుర్జయ విమ తాహంకృతి
మార్జన యాచనక దైన్య మర్దనచణ దోః
ఖర్జులు గల రతనికి భీ
మార్జున నకుల సహదేవు లను ననుజన్ముల్. 24

క. పంచామర తరులో! హరి
పంచాయుధములో! గిరీశు పంచాస్యములో!
యంచున్ సకల జనంబులు
నెంచన్ బాండవులు వెలసి రేవురు ఘను లై. 25

చ. ఒరిమయు, భక్తియున్, నెనరు, నోర్పుఁ గనంబడఁ బెద్ద పిన్న యం
తరువు లెఱింగి, మాట జవదాఁటక, చెయ్వుల వేఱు లేక, యొం
డొరుల మనమ్ములో మెలఁగుచుండిర "పాండు కుమారు లెంత నే
ర్పరు? లిల నన్నదమ్ముల సరాగము వారలదే సుమీ!" యనన్. 26

అర్జునుని సౌశీల్యాదులు

ఉ. అన్నలపట్లఁ, దమ్ముల యెడాటమునన్ సముఁ డంచు నెన్నఁగా
నెన్నిక గన్న మేటి, యెదు రెక్కడ లేక నృపాల కోటిలో
వన్నెయు వాసియున్ గలిగి వర్తిలు పౌరుషశాలి, సాత్త్వికుల్
దన్ను నుతింపఁగా దనరు ధార్మికుఁ డర్జునుఁ డొప్పునెంతయున్. 27

చ. అతని నుతింప శక్యమె? జయంతుని తమ్ముఁడు సోయగమ్మునన్,
బతగ కులాధిప ధ్వజుని ప్రాణసఖుండు కృపారసమ్మునన్,
క్షితిధర కన్యకాధిపతికిన్ బ్రతిజోదు సమిజ్జయమ్మునం,
దతని కతండె సాటి చతురబ్ధి పరీత మహీతలమ్మునన్. 28

తే. పాఱఁ జూచినఁ బరసేన పాఱఁ జూచు,
వింటి కొరగిన రిపురాజి వింటి కొరగు,
వేయు నేటికి? నల పాండవేయు సాటి
వీరుఁ డిల లేఁడు; ప్రతి రఘువీరుఁ డొకఁడు. 29

క. అతిలోక సమీక జయో
న్నతిచే ధర్మజున కింపొనర్చుచు, వినయా
న్వితుఁడై సమస్తజన స
మ్మతుఁడై నరుఁ డుండె నిటు లమానుషచర్యన్. 30

ఉ. అంతట నొక్కనాఁడు గదుఁడన్ యదువంశభవుండు రుక్మిణీ
కాంతుఁడు కూరిమిన్ బనుపఁగాఁ, గుశలం బరయంగ వచ్చి, యే
కాంతపువేళ ద్వారవతి యందలి వార్తలు దెల్పుచున్ దటి
త్కాంతి మనోహరాంగులగు కన్నెల చక్కఁదనంబు లెన్నుచున్. 31

గదుఁడు గావించిన సుభద్రా సౌందర్య ప్రశంస

పంచచామరము.

కనన్ సుభద్రకున్ సమంబు గాఁగ నే మృగీ విలో
కనన్; నిజంబు గాఁగ నే జగంబునందుఁ జూచి కా
కనన్; దదీయ వర్ణనీయ హావ భావ ధీ వయః
కన మ్మనోజ్ఞ రేఖ లెన్నఁగాఁ దరంబె గ్రక్కనన్? 32

ఉ. ప్రాయపుఁ డెక్కునన్ జెలువ పల్కులు చిల్కల గారవించుఁ; గ
న్దోయి చకోరపాళి దయతోఁ బెనుచున్; జనుకట్టు మచ్చిక
ల్సేయు సదా రథాంగ యుగళిన్; నడ లంచల బుజ్జగించు; నౌ
నే యెడ నింపు గావు గణియింప నవీన వయో విలాసముల్? 33

చ. అతివ కుచంబులున్, మెఱుఁగుటారును, వేనలియున్, ధరాధిపో
న్నతియు, నహీనభూతి కలనంబు, ఘనాభ్యుదయంబు నిప్పు డొం
దితి మని మాటిమాటికిని నిక్కెడు, నీల్గెడు, విఱ్ఱవీఁగెడున్;
క్షితి నటు గాదె యొక్కొకరికిన్ నడుమంత్రపుఁ గల్మి కల్గినన్! 34

సీ. కేళికాసరసిలోఁ దేలియాడుటఁ జేసి
శైవాల లత కొంత సాటి వచ్చుఁ;
బుష్పమాలికలతోఁ బొందు సల్పుటఁ జేసి
యెలదేఁటి గమి కొంత యీడు వచ్చుఁ;
గంటికింపగు రేఖ గలిగి యుండుటఁ జేసి
మినుకుఁ గాటుక కొంత దినుసు వచ్చుఁ;
బిఱుఁద నొయ్యారంబు మెఱయుచుండుటఁ జేసి
చమరివాల మొకింత సమము వచ్చుఁ;

తే. గాక నీలత్వమున సరిగావు తెలియ
నెఱి గలిగి, యొక్క మొత్తమై, నిడుద లై, ద
ళమ్ములై, మెర్గు లై, కారు క్రమ్ముచున్న
వికచకమలాక్షి నును సోగ వెండ్రుకలకు. 35

ఆ. నలిన లీల సంచు నలినలి గావించు
నించుమించు లాడు నించు మించు
లేమ నగవుఁజూపు లేమన నగు బాపు!
జగ మెఱుంగు దాని జగ మెఱుంగు. 36

చ. జలరుహగంధి వీనుల పసల్ నవసంఖ్య నదేమి లెక్కనున్;
వెలువ నఖాంకురాళి నెలచేడియ సైకముఁ దాను చుక్కనున్;
బొలఁతుక గబ్బి చన్నుఁగప పువ్వుల చెండ్లను లేదు బంతనున్;
గలికి ముఖారవింద మల కల్వలరాయనిఁ ద్రోసి రాజనున్. 37

క. అయ్యారే చెలు వెక్కడ?
న య్యారే గెలువఁ జాలు నంగజు నారిన్;
వెయ్యాఋలలో సరి లే
రయ్యా, రుచి రాంగ రుచుల నయ్యంగనకున్. 38

క. కడు హెచ్చు కొప్పు; దానిన్
గడవన్ జనుదోయి హెచ్చు; కటి యన్నిటికిన్
గడు హెచ్చు; హెచ్చులన్నియు;
నడుమే పస లేదు గాని నారీమణికిన్. 39

ఉ. అంగము జాళువా పసిఁడి యంగము; క్రొన్నెలవంక నెన్నొసల్;
ముంగురు లింద్రనీలముల ముంగురు. లంగజు డాలు వాలుఁ జూ
పుంగవ; యేమి చెప్ప! నృపపుంగవ, ముజ్జగ మేలఁజేయు న
య్యంగనఁ బోలు నొక్క సకియన్ గన; నెన్నఁగ మించు నన్నిటన్. 40

ఉ. ఎక్కడఁ జెప్పినాఁడఁ దరళేక్షణ చక్కఁదనమ్ము? నింక న
మ్మక్క! యదే మనంగ నిపు డందు శతాంశము దెల్పలేదు నే;
నొక్కొక యంగ మెంచవలయున్, బదివేల ముఖంబు లాయెఁబో!
చొక్కపుఁ జూపులో సొలపు చూచినఁ గాక యెఱుంగ వచ్చునే? 41

చ. అని బహుభంగులం బొగడ నంగన ముంగల నిల్చినట్లుఁ దాఁ
గనుఁగొని నట్లు నై నృపశిఖామణి డెందమునందుఁ బట్టఁజా
లని యనురక్తి 'న వ్వరవిలాసిని నెన్నఁడు చూడఁ గల్గునో'
యని తమకించుచున్న సమయంబున గ్రక్కున దైవికంబునన్. 42

సమయభంగమునకై యర్జునుఁడు తీర్థయాత్ర కేఁగుట

మ. ఒక భూమీదివిజుండు చోరహృత ధేనూత్తంసుఁ డై వేఁడికొం
టకుఁ దా ధర్మజు కేళిమందిరము దండం బోయి కోదండ సా
యకముల్ దెచ్చుటఁ బూర్వక్లప్త సమయ న్యాయానుకూలంబుగా
నొక యేఁ డుర్వి ప్రదక్షిణం బరుగు నుద్యోగంబు వాటిల్లినన్. 43

ఉ. అన్నకు మ్రొక్కి, 'తీర్థ భజనార్థముగాఁ బనివిందు' నంచుఁ దా
విన్నప మాచరించుటయు, 'విప్రహితంబున కన్న ధర్మ మే
మున్నది? గోప్రదక్షిణమె యుర్విప్రదక్షిణ, మంచు నిట్టు లే
మన్నను మాన కన్నరుఁడు ప్రార్థన సేయఁగ నెట్టకేలకున్. 44

చ. తనదు పురోహితుం డయిన ధౌమ్యుని తమ్ముని గారవంపు నం
దనుని విశారదున్ సకలధర్మ విశారదు వెంట నంటఁగా
నొనరిచి, కొందఱన్ బరిజనోత్తములన్ నియమించి, యాదరం
బెనయ సమస్త వస్తువులు నిచ్చి యుధిష్ఠిరుఁ డంపె వేడుకన్. 45

చ. పరిణయ మౌట కేఁగుగతిఁ బౌరు లనేకులు వెంటరా శుభో
త్తరముగ నయ్యెడన్ గదలి, తద్దయుఁ దాలిమి మీఱ ధర్మత
త్పరుఁడయి, యందు నందు నులుపాలు నృపాలు రొసంగఁగా నిరం
తరమును బుణ్యతీర్థములఁ దానము లాడుచు నేఁగి యవ్వలన్. 46

అర్జునుఁడు గంగాభవానిని నుతించుట

భుజంగప్రయాతము

సునాసీర సూనుండు సూచెన్ నిమజ్జ
జ్జనౌ ఘోత్పత త్పంక శంకాక రాత్మో
ర్మి నిర్మగ్న నీరేజ రేఖోన్నమ ద్భృం
గ నేత్రోత్సవ శ్రీని గంగా భవానిన్. 47

క. సంతోష బాష్ప ధారలు
దొంతరగాఁ జూచి, మ్రొక్కి తోయధి వరసీ
మంతిని, నా త్రిజగ ద్దీ
వ్యంతిని, భాగీరథీ స్రవంతిని బొగడెన్. 48

శా. తా సైరింప కపర్ణ యుండఁగ భవ ద్గర్భంబునన్ దాల్చి, తే
జోఽసహ్యున్ శరజన్ముఁ గాంచి, యల నీహార క్షమాభృత్కుమా
రీ సాపత్న్యముఁ గన్న మోహపుఁ బురంధ్రీరత్నమౌ దీవ రా
దే; సర్వజ్ఞుఁడు నిన్ను నేల తలపై నెక్కించుకో జాహ్నవీ? 49

క. పెల్లు సెగఁ జల్లు విస మా
తెల్లనిదొర కుతిక మోవఁ దిని బ్రతుకుట నీ
చల్లఁదనంబునఁ గాదే?
కల్లోలవతీ మతల్లి గంగమ తల్లీ! 50

క. పువ్వారుఁబోఁణివై, సరి
యెవ్వా రన, భీష్ముఁ గాంచి యిం పొందితి వీ;
వవ్వావి యెఱుఁగుదువె? మా
యవ్వా! పోషింపఁ బాడి యగు నను నీకున్. 51

చ. సకల శుభమ్ము లి మ్మనుచు సన్నుతు లీగతిఁ జేయ నా స్రవం
తిక దయఁ దెల్పఁ బంచిన గతిం జనుదెంచె నుదంచ దూర్మికా
నికర విలోల ఖేల దళినీ కలగాన లస త్ప్రఫుల్ల హ
ల్లక సుఖడోలికా విహృతి లాలస బాలసమీర మయ్యెడన్. 52

క. చనుదెంచిన హా! యని, య
జ్జననాయకుఁ డలరుచున్ విశారదుఁ గని, 'యీ
యనుకూల మారు తాగతిఁ
గనుఁగొన నామోద సూచకం బైనదిగా. 53

క. తల నీ గంగాతీర్థము
చిలికినవాఁ డీశ్వరుండు; చేరెడు లోఁ గోఁ
గలిగినఁ, దరఁగలఁ దేలం
గలిగినఁ దన్మహిమ లెన్నఁగాఁ దర మగునే? 54

క. మునుకలు గంగానదిలో
నొనరించుటకన్న భాగ్య మున్నదె? యనుచున్
మును కలుగంగా దిగి పరి
జనములు కైలా గొసంగ స్నానోన్ముఖుఁడై. 55

క. తమి నిగుడ గుడాకేశుం
డమరనదీ విమలవారి నాడుచు నుండన్

యమునానదిఁ గూడిన తో
యమునా నది తనరెఁ ద త్కచామేచకమై. 56

ఉ. దానము లెన్ని యే నచటి తైర్థిక భూసుర సంఘ మెల్ల డెం
దాన ముదంబు చెందఁగ నొనర్చి, దృఢవ్రతచర్య నిత్యమున్
దానము చేయుచున్, హరికథా శ్రవణం బొనరించుచుండె నం
దా నముచిద్విషత్తనయుఁ డాశ్రిత కల్పమహీరుహం బనన్. 57

గంగా తీరమున నాగకుమారి యులూచి యర్జునుని గాంచి మరులు గొనుట

క. భోగవతి నుండి యెప్పుడు
భాగీరథి కడకు వచ్చి భాసిలు మున్నే
నాగకుమారిక య య్యెల
నాగ యులూచి తమి నొక్కనాఁ డటఁ జెంతన్. 58

ఆ. హిమరసైక సైకతమునందు విహరించు
కైరవేషు వేషు ఘన నిభాంగు
నెనరు దవుల దవులనే చూచి క్రీడిగా
నెఱిఁగి యౌర! యౌర గేందువదన. 59

క. మును ద్రౌపదీ స్వయంవర
మున కేఁగిన కామరూప భోగుల వలనన్
వినియున్న కతనఁ దమకము
మనమునఁ బెనఁగొనఁగఁ జేరి మాయాన్వితయై. 60

ఉ. గుట్టసియాడ గబ్బి చను [1]గుట్టలపైఁ బుల కాంకు రావళుల్
తెట్టువ గట్టఁ, గోరికలు తేటలు వెట్టఁగ, వేడుకల్ మదిన్
దొట్టికొనంగ, నచ్చెరువు తొంగలి ఱెప్పల వీఁగ నొత్తఁగాఁ
బెట్టిన దండ తీయక విభీతమృగేక్షణ చూచె నాతనిన్. 61

---

1. గుబ్బలపై

క. ఏణాక్షి నపుడు వెడ సిం
గాణిన్ గొని యలరుఁ దూపుగమిఁ జక్కెరయే
ఖాణముగాఁ గలిగిన కం
ఖాణపు దొర పింజపింజ గాడఁగ నేసెన్. 62

ఉ. పై పయిఁ గౌతుకంబు దయివాటి యిటుండఁగ నంత మజ్జనం
బై పువుఁ జప్పరమ్మున నొయారముగాఁ గయిసేసి, దానలీ
లా పరతంత్రుఁడై కలకలన్ నగుచుండెడి సవ్యసాచి, నిం
ద్రోపల రోచిఁ జూచి, తలయూఁచి యులూచి రసోచితంబుగన్. 63

ఉలూచి అర్జునుని సోయగమును మెచ్చుట

క. సిగ సంపెఁగ పూ, లోసపరి
వగ, కస్తురి నామ, మొఱపు వలెవా టౌరా!
'సొగ సిటు లుండఁగ వలె'నని
సొగసి, లతాతన్వి యతని సొగసు నుతించెన్. 64

క. రాకొమరు నెఱులు నీలపు
ఱాకొమరు నిరాకరించు; రాకాచంద్రున్
రాకొట్టు మొగము; కెంజిగు
రాకుఁ గని పరాకు సేయు నౌర! పదంబుల్. 65

ఉ. తీరిచినట్టు లున్నవిగదే కనుబొమ్మలు; కన్ను లంటిమా
చేరలఁ గొల్వఁగా వలయుఁ; జేతుల యందముఁ జెప్ప గిప్ప రా;
దూరులు మల్చివేసినటు లున్నవి; బాపురె! ఱొమ్ములోని సిం
గారము, శేషుఁడే పొగడఁగావలె నీతని రూపరేఖలన్. 66

క. అకటా! నన్నితఁ డేలిన
నొకటా? నచ్చికము లేక యుండఁగ వచ్చున్
నికటామృత ధారలు మరు
ని కటారి మెఱుంగు లీతని కటాక్షంబుల్. 67

ఉ. ఆ దరహాస చంద్రికల యందము, నాప్తులమీఁదఁ జిల్కు న
త్యాదర శీతలేక్షణ సుధారసధారయుఁ జూడఁ జూడ నా
హ్లాదము గొల్పఁగాఁ గల కలామహిమంబుఁ దలంచి చూచిన
న్మాదిరి సేయవచ్చు జననాథు మొగంబును జంద్రబింబమున్. 68

ఉ. ఊఁదుకపోవు శంఖము నహో గళరేఖ! శరాసనంబులన్
వాదుకుఁ బట్టుఁ గన్బొమల వైఖరి; వంకలు దీరుచున్ గటా
క్షోదయలీల సాయక సమూహములన్; విషమాస్త్రుఁ గెల్చుఁబో;
యే దొర సాటి యీ నరున కెన్నఁగ వీరవిలాస సంపదన్? 69

ఉ. కమ్మని జాళువా నొరయఁ గల్గిన చెక్కుల టెక్కువాఁడు, చొ
క్కమ్మగు జాతికెంపు వెలగాఁ గొను మోవి మెఱుంగువాఁడు, స
త్యమ్మగు రూపసంపద ధనాధిపసూనుని ధిక్కరించువాఁ
డమ్మకచెల్ల! నా హృదయ మమ్మక చెల్లదు వీని కియ్యెడన్. 70

సీ. ముద్దాడ వలదె యీ మోహనాంగుని మోము
గండచక్కెర మోవి గల ఫలంబు?
రమియింపవలదె యీ రమణు పేరురముపై
వలి గుబ్బ పాలిండ్లు గల ఫలంబు?
శయనింపవలదె యీ ప్రియుని సందిటిలోనఁ
గప్పు పెన్నెటికొప్పు గల ఫలంబు?
వసియింపవలదె యీ రసికు నంకమునందుఁ
జెలువంపు జఘనంబు గల ఫలంబు?

తే. రాజసము తేజరిల్లు నీ రాజుఁ గూడి
యింపు సొంపులు వెలయఁ గ్రీడింపవలదె
నాకలోకంబు వారలకైన లేని
యలఘుతర భోగభాగ్యముల్ గల ఫలంబు? 71

క. అని యిటు లువ్విళ్లూరెడు
మనమునఁ గొనియాడి యంత మాపటివేళన్

గనుఁబ్రామి, చొక్కుఁ జల్లిన
యనువున నందఱు వితాకులై యుండంగన్. 72

చ. 'ఇటు జపియించినన్ విడుతునే నిను నే నిఁక' నంచు జాహ్నవీ
తటమున సంధ్యవార్చి జపతత్పరుఁడై తగువాని యామినీ
విటకుల శేఖరుం గొనుచు వే పురికిం జని నిల్పె నట్టి యు
న్నటులనె మాయ యచ్చుపడ నల్ల భుజంగి నిజాంగణంబునన్. 73

క. నిలిపిన జప మెప్పటివలెఁ
జలిపినవాఁ డగుచుఁ బాకశాసని యంతన్
దళుకుం బిసాళి వాలుం
దెలి గన్నులు విచ్చి చూచె నివ్వెఱతోడన్. 74

భోగవతిలో నర్జునుఁడు ఉలూచి విభ్రమము చూచి సంభ్రమాశ్చర్యముల నొందుట

సీ. దట్టంపుఁ దెలినీటి తరఁగచాల్ కడ కొత్తి
నెలఱాల [1]జగిలెఁ దా నిలుచు టేమి?
కొలఁకుఁ దెమ్మెర గందములఁ గ్రిందఁ బడవైచి
కలపంపుఁ దాఁవిఁ దాఁ గవియు టేమి?
చివురు జొంపపు మావి జీబు మాయము సేసి
పసిఁడి యుప్పరిగఁ దాఁ బ్రబలు టేమి?
నిద్దంపు టిసుము తిన్నియ పొన్పు దిగఁద్రోచి
యలరుల పొన్పుఁ దా హత్తు టేమి?

తే. మసమసక సంజ కెంజాయ మఱుఁగువెట్టి
మిసిమి కెంపుల కాంతిఁ దా మెఱయు టేమి?
మొదల నే గంగతటి నున్నయదియు లేదొ
మాయయో కాక యిది? యంచు మరలఁ జూడ. 75

1. జగతి

సీ. బెళుకుఁ గాటుకకంటి సొలపుఁ జూ పెదలోనఁ
బట్టియుండెడి ప్రేమఁ బట్టి యీయఁ
జికిలి బంగరువ్రాఁత జిలుఁగు టొయ్యారంపుఁ
బైఁట గుబ్బల గుట్టు బైట వేయ
సొగసుఁ గుచ్చెల నీటు వగలు కన్నుల పండు
గలుగ మాయపుఁ గౌనుఁ గలుగఁజేయ
నిడుద సోగ మెఱుంగు జడకుచ్చు గరువంపుఁ
బిఱుఁదు రేకకు గెల్పు బిరుదు చాటఁ

తే. గంటసరి నంటు కస్తురి కమ్మవలపు
కప్పురపు వీడియపుఁ దావి గలసి మెలఁగ
నొఱపులకు నెల్ల నొజ్జయై యుండె నపుడు
భుజగ గజగామిని మిటారి పొలుపు మీఱి. 76

క. అటులున్న కొమరుఁ బ్రాయపుఁ
గుటిలాలకఁ జూచి, మదన గుంభిత మాయా
నటనంబో యిది! గంగా
ఘటనంబో! యని విచార ఘట నాశయుఁడై. 77

ఉ. తియ్యని వింటివాని వెనుతియ్యక డగ్గఱఁ జాలు న య్యసా
హాయ్య తనూవిలాసి దరహాసము మీసముఁ దీర్ప నప్పు డా
తొయ్యలి వంకఁ గన్గొని 'వధూమణి! యెవ్వరిదాన వీవు? పే
రెయ్యది? నీకు నొంటి వసియింపఁగఁ గారణమేమి?' నావుడున్. 78

ఉ. మేలి పసిండి గాజుల సమేళపుఁ బచ్చల కీల్కడెంపు డా
కేలు మెఱుంగు గబ్బి చనుఁగ్రేవకుఁ దార్చుచు సోగకన్నులన్
దేలగఁ జూచి, 'యో మదవతీ నవమన్మథ! యీ జగంబు పా
తాళము; నే నులూచి యనుదాన, భుజంగమరాజ కన్యకన్. 79

క. సరి లేని విలాసము గని
నరియిం చిటఁ దోడికొనుచు వచ్చితి ని న్నో

కురువీర! వసింపఁగ నీ
కుఱువీర దృఢాంకపాళిఁ గోరినదానన్. 80

ఉ. మం పెసఁగన్ గటాక్ష లవ మాత్రము చేతనె ముజ్జగంబు మో
హింపఁగఁ జేయు భార మిఁక నీవు వహించితి గానఁ గేళినీ
చంపకగంధి బిత్తరపుఁ జన్నులమీఁద సుఖించుచుండు నా
సంపెఁగమొగ్గ ముల్కిగడ సామరి సోమరి గాక యుండునే? 81

క. అను నచ్చెలి వాక్యంబులు
విని యచ్చెరువొంది, "రూప విభ్రమ రేఖా
ఖను లెందు నాగకన్యలె"
యని విందుము; నేఁడు నిక్క మయ్యెన్ జూడన్. 82

క. అన్నన్న! మొగము వెన్నుని
యన్నన్న జయించుఁ; గన్ను లన్నన్ నలినా
సన్నములు; నడుము మిక్కిలి
సన్నము; మాటలు సుధా ప్రసన్నము లెన్నన్. 83

ఆ. నువ్వుఁ బువ్వు నవ్వు జవ్వని నాసిక,
చివురు సవురు జవురు నువిద మోవి,
మబ్బు నుబ్బు గెబ్బు బిబ్బోకవతి వేణి,
మెఱపు నొఱపుఁ బఱపుఁ దెఱవ మేను. 84

క. రవరవలు నెఱపు నీలపు
రవ రవణముతోడఁ జెలి యరాళ కచంబుల్;
కవకవ నవ్వున్ వలి జ
క్కవ కవఁ గలకంఠ కంఠి కఠిన కుచంబుల్. 85

ఉ. చెక్కుల యందమున్, మొగము చెల్వముఁ, జన్గవ నీటు, వేణి తీ
రెక్కుడఁ జూడ; మన్నిటికి నెక్కువ దేమన సైకతంబుతో
నెక్కటి కయ్యముల్ సలుపు నిక్కటి యొక్కటి చాలదే మరున్
దక్కఁగొనన్ రతిన్ గెలిచి దక్కఁగొనన్ నవమోహనాంగికిన్. 86

చ. అని మది మెచ్చి యెచ్చె మొకయందును లేని మనోహరాంగముల్
గనుఁగొని, 'యౌనె కా! వ్రతము గైకొని యుండెడి నన్ను నేల తో
డ్కొని యిటఁ దెచ్చె నీ వెడఁగుఁ గోమలి? భుజగ మేడ, మారుతా
శనజగ మేడ? యెంత ఘనసాహస మింతుల?' కంచు నెంచుచున్. 87

ఉలూచి యర్జునుల సరస సంవాదము

క. 'కాముకుఁడఁ గాక వ్రతినై
భూమి ప్రదక్షిణము సేయఁ బోయెడి వానిన్
గామించి తోడి తేఁ దగ
వా? మగువ! వివేక మించుకైనన్ వలదా?' 88

ఉ. నావుడు మోమునన్ మొలక నవ్వొలయన్, వలి గబ్బి గుబ్బ చన్
ఠీవికిఁగా నటించుక నటించు కవున్ గనిపింపఁ బల్కె రా
జీవదళాక్షి; 'యో రసికశేఖర! యో జన రంజనైక లీ
లావహరూప! యో నుతగుణా! తగునా యిటు లాన తీయఁగన్? 89

క. నిను గీతి సాహితీ మో
హన వాణులు సెవులు వట్టి యాడింపంగాఁ
గని యుండి 'గాముకుఁడఁ గా'
నని పల్కిన నాకు నమ్మి కౌనె నృపాలా! 90

క. అతులిత విలాస రేఖా
కృతులన్ వలపించి యిటులఁ ద్రిభువన లీలా
వతుల నలయించుటేనా
వ్రతమనఁగా నీకు? రూపవంచిత మదనా! 91

చ. తెలియనిదానఁ గాను జగతీవర! ద్రౌపదియందు ముందు మీ
రల సమయంబు సేయుట, ద్విజార్థము ధర్మజు పాన్పుటింటి ముం
గలఁ జని, శస్త్రశాల విలుఁ గైకొను, టంగు నిమిత్త మీవు ని
శ్చలమతి భూప్రదక్షిణము సల్పఁగ వచ్చుట, నే నెఱుంగుదున్. 92

తే. చెఱకువిలుకాని బారికి వెఱచి నీదు
మఱుఁగుఁ జేరితిఁ; జేపట్టి మనుపు నన్నుఁ;
బ్రాణ దానంబు కన్నను వ్రతము గలదె?
యెఱుఁగవే, ధర్మపరుఁడవు నృపకుమార! 93

ఉ. నాయమె నీకు మేల్పడిన నాతి నలంచుట? యంత్ర మత్స్యము
న్మాయఁగ జేసి మున్ ద్రుపదనందన నేలవె? యంగభూ పతా
కాయత యంత్రమత్స్య మిపు డల్లనఁ ద్రెళ్ళఁగ నేసి యేలుకో
తీయఁగఁ బంచదార వెనుతీయఁగఁ బల్కి ననున్ ద్వితీయఁగన్. 94

క. అనుడు నుడురాజ కుల పా
వనుఁడు 'సమస్తమ్ము నెఱుఁగు వలఁతివి గద; యీ
యనుచితము తగునె? పరసతి
నెనయుట రాజులకు ధర్మమే యహి మహిళా?' 95

చ. అన విని పాఁప పూప జవరా లెదలో వల పాఁప లేక, యా
తని తెలిముద్దు నెమ్మొగముఁ దప్పక తేట మిటారి కల్కి చూ
పునఁ దనివారఁ జూచి, 'నృపపుంగవ! యన్నిట జాణ; వూరకే
యనవల సంటిగా; కెఱుఁగవా యొకమాటనె మర్మకర్మముల్? 96

ఉ. కన్నియఁ గాని వేఁటొకతెఁ గాను మనోహరరూప! నీకు నే
జన్నియ వట్టియుంటి నెలజవ్వన మంతయు నేఁటిదాఁక; నా
కన్నుల యాన; నా వలపుఁ గస్తురినామము తోడు; నమ్ము; కా
దన్నను నీదు మోవి మధురామృత మానియు బాస సేసెదన్. 97

చ. ఇలపయి మత్స్యయంత్ర మొక యేటున నేసి, సమస్త రాజులన్
గెలిచిన మేలువార్త లురగీ వరగీతిక లుగ్గడింప వీ
నుల నవి చల్లఁగా విని, నినున్ వరియింప మనంబు గల్గి, నీ
చెలువము వ్రాసి చూతు నదె చిత్తరువందు ననేక లీలలన్. 98

ఉ. 'చెప్పెడి దేమి నా వలపు చేసినచేఁతలు? కొల్వులోన ని
న్నెప్పుడు గంటి నప్పుడ పయింబడ నీడిచె, నిల్వఁ బడ్డ పా
టప్పు డ దెంత యైనఁ గల; దట్టి హళాహళి కింతసేపు నీ
వొప్పెడిదాఁకఁ దాళుట కయో! మది మెచ్చవుగా నృపాలకా!' 99

తే. అనిన 'ఫణిజాతి వీ, వేను మనుజజాతి;
నన్యజాతిఁ బ్రవర్తించు టర్హ మగునె?
యేల యీకోర్కి?' యనిన రాచూలి కనియెఁ
[1]జిలువ చెలువంపుఁ బల్కులఁ జిలువ చెలువ. 100

ఉ. 'ఏ మనఁ బోయెదం దగుల మెంచక నీ విటు లాడఁ దొల్లి శ్రీ
రాము కుమారుఁ డైన కుశరాజు వరింపఁడె మా కుముద్వతిన్?
గోమల చారుమూర్తి పురుకుత్సుఁడు నర్మదఁ బెండ్లియాడఁడే?
నీ మనసొక్కటే కరఁగనేరదు గాని నృపాలకాగ్రణీ! 101

ఉ. 'ఈ కలహంసయాన నను నెక్కడి కెక్కడ నుండి తెచ్చె? నా
హా కడుదూర మిప్పు!' డని యక్కునఁ జేర్పక జంపుమాటలన్
వ్యాకులపెట్టు టేల? విరహాంబుధి ముంపక పోదు నన్ జలం
బే కద నీకు, మంచి, దిఁక నీఁతకు మిక్కిలి లోతు గల్గనే? 102

చ. అని వచియించునప్పుడు ముఖాబ్జము నంటెడి విన్నఁబాటు, చ
క్కని తెలి సోగ కన్నుఁగవఁ గ్రమ్ముచు నుండెడి బాష్పముల్ గళం
బునఁ గనిపించు గద్గదిక ముప్పిరిగొన్ వలవంతఁ దెల్ప ని
ట్లను మదిలోఁ గరంగి రసికాగ్రణి యా కరభోరు భోరునన్. 103

ఉ. 'చక్కెరబొమ్మ! నా వ్రతము చందముఁ దెల్పితి; నంతె కాక నీ
చక్కఁదనంబుఁ గన్న నిముసం బయినన్ నిలు పోప శక్యమే
యక్కునఁ జేర్ప?' కంచు దయ నానతి యీఁ, దలవంచె నంతలో
నెక్కడనుండి వచ్చెఁ దరళేక్షణకున్ నునుసిగ్గు దొంతరల్! 104

---

1. జెలువు చెలువంపు.

అర్జునుఁ డులూచిని సుఖసాగరమునఁ దేల్చుట

ఉ. అంకి లెఱింగి యా సరసుఁ డంత 'వివాహ విధిజ్ఞుఁడైన మీ
నాంకుఁ డొనర్చినాఁ డిది శుభైక ముహూర్తము, ర'మ్మటంచుఁ బ
ర్యంకముఁ జేర నచ్చెలిఁ గరగ్రహణం బొనరించె దన్మణీ
కంకణ కింకిణీ గణ వికస్వర సుస్వరముల్ సెలంగఁగన్. 105

మ. ఒక మాణిక్యపు బొమ్మ యెట్టి వగ కీలో జాళువా జాలవ
ల్లిక బాగాల్ కపురంపు టాకుమడుపుల్ వే తెచ్చి రా జున్న చా
యకు నందీయ, నతండు లేనగవుతో నా వేళ నా వ్యాళ క
న్యక కెంగేల నొసంగి కై కొనియె సయ్యాటంబు వాటిల్లఁగన్. 106

ఉ. శయ్యకుఁ దార్పఁగాఁ దుఱుము జాఱెఁ దనంతటఁ జక్కదిద్దఁబోఁ
బయ్యెద జాఱె; న య్యెదిరిపాటునఁ గ్రక్కున నీవి జాఱె; రా
జయ్యెడ నవ్విలాసిని యొయారముఁ జూచి కవుంగిలించె నౌ;!
నెయ్యెడ మేలె చూతురు, గ్రహింపరు జాణలు జాఱుపాటులన్. 107

ఉ. కౌఁగిటఁ జేర్చునప్పటి సుఖంబె లతాంగికిఁ బారవశ్యము
న్మ్రాఁగఁగఁ జేసె; మోవి పలునొక్కు లురోజ నఖాంకముల్ మొద
ల్గాఁ గల కంతుకేళి సుఖలక్షణముల్ పయిపెచ్చు లయ్యె, న
ట్లాఁ గద యెట్టివారలకు నగ్గలపుం దమి గల్గియుండినన్. 108

చ. చనుఁగవ సాముకండెపుఁ బిసాళి యురంబున సారెఁ గాననే
మన సునుచున్; సుధారసము మాటికిఁ గ్రోలనె చూచుఁ; జొక్కుఁ గీ
ల్కొను సరసోక్తులన్ విననె కోరు సదా; యిటు లాదిసంగమం
బుననె విభుండు మూఁడు వలపుల్ వలచెన్ ఫణిరాజకన్యకన్. 109

తే. నాగరిక ముద్ర గల మంచి బాగరి యఁట!
నాగవాసములో వింత నటనల దఁట!
కులుకుగుబ్బల ప్రాయంపుఁ గోమలి యఁట!
వలచి వలపింపదే యెంతవాని నైన! 110

ఇలావంతుని జననము

క. ఈ గతి రతి కేళీ సుఖ
సాగరమునఁ దేలియున్న సమయంబునఁ, ద
ద్యోగం బెటువంటిదొ, స
ద్యోగర్భంబున సుపుత్రుఁ డొకఁ డుదయించెన్. 111

క. ఆ చక్కని బాలుఁడు వాక్
ప్రాచుర్యముఁ గాంచునని శుభగ్రహ దృష్టుల్
చూచి యిలావంతుం డని
యా చతురుఁడు నామకరణ మలరిచి యంతన్. 112

ఉ. కామినిఁ జూచి 'రమ్ము గజగామిని! యిక్కడ నొక్కనాఁ డిఁకన్
దామస మైన నక్కడ హిత వ్రతి తైర్థికకోటి యాత్మలో
నే మని యెంచునో? యిపుడ యేఁగవలెన్, దరువాత నీ సుత
గ్రామణి, నీవు వచ్చెదరు గా!' కని యూఱడిలంగఁ బల్కినన్. 113

ఉలూచి యర్జునునకు వీడ్కో లొసఁగుట

ఉ. అంటిన ప్రేమ జాహ్నవికి నప్పుడ తోడ్కొని వచ్చి, యల్ల వా
ల్గంటి నిజేశ్వరున్ దనదు గబ్బి చనుంగవఁ జేర్చి, బాష్పముల్
కంటఁ దొరంగుచుండఁ దిరుగం దిరుగం గనుఁగొంచుఁ గ్రమ్మఱెన్
జంట దొఱంగి సంజను వెసం జను జక్కవ పెంటియుం బలెన్. 114

ఉ. అంతట రాజు రాకఁ గని యాప్త పురోహిత భృత్య వర్గ మ
త్యంత ముదమ్ము చెంది 'యిటు లార్తులఁ గాచుట కేమొ గాక యే
కాంతము గాఁగ నేఁగుదురె? యంచుఁ దలంచితి; మీరు వచ్చు ప
ర్యంతము మమ్ము మే మెఱుఁగ; మందఱ ప్రాణము లీవ భూవరా!' 115

అర్జునుఁడు తన నెచ్చెలి విశారదునితో నులూచీ ప్రణయ ప్రసంగమును వర్ణించుట

చ. అని పలుకన్ బ్రసన్నముఖుఁడై విభుఁ డిష్టసఖున్ విశారదున్
గని 'యొక వింత వింటె! ఫణికన్య యులూచి యనంగ నోర్తు నన్

గొని తమ నాగలోకమునకున్ జని తన్ను రమించు మంచుఁ జె
ప్పని ప్రియ మెల్లఁ జెప్పి యొడఁబా టొనరించి కరంచె డెందమున్. 116

ఉ. చెప్పెడి దేమి! కన్నుఁగవ చేరల కెక్కుడు చంద్రబింబమే
తప్పదు మోము, మోవి సవతా చివు రెక్కడిమాట? గొప్పకున్
గొప్ప పిఱుందు, గబ్బి చను గుబ్బలు కౌఁగిటి కెచ్చు, జాళువా
యొప్పులకుప్ప మేను, నడుమున్నదొ లేదొ యెఱుంగ నింతకున్. 117

ఉ. చెంగున దాఁటు చూపు లిరు చక్కని బేడిస లేమొ? మీటినన్
కంగున వాఁగు గుబ్బలు చొకారపుఁ దాళము లేమొ, చూడనౌ
నంగున మించు చెక్కిళు లొయారపుటద్దము లేమొ, చొక్క మౌ
రంగున మీఱు దాని యధరంబును గెం పగునేమొ, నెచ్చెలీ! 118

ఉ. ఆయెలనాగ వేణి మెఱుఁగారు కటారికి మాసటీఁ డగున్
బో యనవచ్చు; నమ్మెఱుఁగుఁబోఁడి పిఱుందు సమస్త భూమికిన్
రాయ లనంగ వచ్చు; నల రాజనిభాస్య యెలుంగు గట్టివా
కోయిల కంచుకుత్తికలకున్ బయకాఁ డనవచ్చు నెచ్చెలీ! 119

క. మదిరాక్షి మోవి జిగి ప్రతి
వదనము గావించుఁ గీర వదనముతోడన్
మదనుని విలు గొనవచ్చున్
సుదతీమణి కన్నుబొమల సుద తీ రెంచన్. 120

చ. అల జడ యందమున్, మెఱుఁగు టారు మిటారము నాకు ముందుగాఁ
జిలువ కొలం బటంచుఁ జెలి చెప్పక తొల్తనె చెప్పెఁ, దత్తనూ
విలసన మెన్నఁ గన్నదియు విన్నది గా, దిలలో లతాంగు లా
పొలఁతుక కాలిగోరులకుఁ బోలరు, పోలునొ యేమొ తారకల్? 121

సీ. మరుని గెల్పుల కథా మహిమమ్ము విలసిల్లు
నొఱపుఁ జిత్తరుఠీవి నుల్లసిల్లు
వీనుల కమృతంపు సోనలై వర్తిల్లు
శారికా ముఖ సూక్తి సందడిల్లుఁ

గస్తూరి కాది సద్వస్తుల బ్రభవిల్లఁ
బరిమళమ్ముల జోకఁ బరిఢవిల్లఁ
జెప్పఁ జూపఁగ రాని సింగారము ఘటిల్లు
పెక్కుశయ్యల సొంపు పిక్కటిల్లు

తే. వింత హరువుల పనులచే విస్తరిల్లు
దివ్య మాణిక్య కాంతులఁ దేజరిల్లు
నందముల కెల్ల నంద మై యతిశయిల్లఁ
బాఁప జవరాలి బంగారు పడకటిల్లు. 122

క. ఆ భోగము, తద్వస్తు చ
యాభోగము నెందుఁ గన్నయవి గావు సుమీ!
నాభోగపురము సరియా
నా భోగవతీ పురంబు సార్థం బయ్యెన్. 123

ఉ. ఆ మదిరాక్షి భోగవతియన్ నదిఁ గ్రుంకఁగఁ జేసి, తత్పుర
స్థేముని హాటకేశ్వరు భజింప నొన ర్చిటు తోడి తెచ్చి న
న్నీ మహి నిల్పి యేఁగె నిదె యిప్పుడె; న న్నెడఁబాయలేని యా
ప్రేమది యింత యంత యని పేర్కొనరా' దని తెల్పెఁ; దెల్పినన్. 124

ఉ. మౌఖరి మించ నిట్టు లను మంత్రిశిఖామణి చోద్య మయ్యె నా
వైఖరి విన్న నే మనఁగ వచ్చు? నహో! మనుజేంద్ర చంద్రమ
శ్శేఖర! చిల్వరా కొలము చేడియ నొక్కతెఁ జెప్ప నేల? నీ
రేఖఁ గనుంగొనన్ వలవరే ఖచరీ ముఖ సుందరీమణుల్? 125

క. అని పలుక నలరి బలరిపు
తనయుం డటఁ గదలి మొదలి తైర్థికులును దా
నును మంచుఁగొండ యండకుఁ
జని తచ్ఛిఖ రావలోక జనితాదరుఁడై. 126

అర్జునుని యనంతర తీర్థయాత్రా ప్రకారము

సీ. పదియాఱు పన్నె గుబ్బలి రాచకూఁతురు
పట్టంపు రాణిగాఁ బరఁగు జాణ
పతి యర్ధదేహంబు సతి యంట నిజముగాఁ
బ్రబలు కన్నియఁ గన్న భాగ్యశాలి
ముజ్జగమ్ముఁ బవిత్రముగఁ జేయు తీర్థమ్ముఁ
గొనసాగఁ జేసిన యనఘమూర్తి
భూమిధ రారాతిచే మొక్కవోవని
యరిది బిడ్డను గాంచినట్టి మేటి

తే. యోషధుల మొలపించిన యుత్తముండు
చల్లఁదనముల కెల్ల దీక్షాగురుండు
సకల మాణిక్య రాశికి జననసీమ
యీ నగస్వామి సద్గుణాస్థానభూమి. 127

వ. అని బహుప్రకారమ్ముల హిమగిరిప్రభావమ్ము వక్కాణించుచుఁ దత్ప్రదేశంబున శాఖాశిఖోల్లిఖిత గ్లావృక్షం బగు నగస్త్య వట వృక్షంబుఁ గనుంగొని, యచట నికట విశంకట కటక కమనీయ మణిశృంగం బగు మణిశృంగంబుం గని, యగణ్య పుణ్యాగమ సమర్థం బగు హిరణ్యబిందు తీర్థమ్మునఁ గృతావగాహుండై గో హిరణ్య ధరణ్యాది దానమ్ము లనేకంబులు గావించి, ప్రాగ్భాగమున కరిగి, యనేక పట్ట ణారణ్య గిరి సమూహములు గడచి, యఖిల గలికలిత నరశరణ్యం బగు నైమిశారణ్యంబు సొచ్చి, యచటం గోటి గుణి తాంగీకృతానత జనతా సమర్పిత నారాయణుం డగు బదరీనారాయణుం బూజించి, మనీషి మనీషిత ఫల ప్రదాన శుచీప్రయాగం బగు ప్రయాగంబున కేఁగి, ముముక్షు జన హృదయంగమం బగు త్రివేణీ సంగమంబునఁ దానంబులుం దానంబులుం గావించి, యచ్చుట మాధవునారాధించి, భవ రసానుభవ భీరుసానుక్రోశం బగు పంచక్రోశంబుఁ బ్రవేశించి, యభ్యర్ణ మణికర్ణిక యగు మణికర్ణికం గ్రుంకి, యన్నపూర్ణా విశాలాక్షీ సనాథుం గాశీ విశ్వనాథుం దర్శించి, త్రైర్థిక సమాహిత సమ్యగయకు గయకుం జని,

యచట నుచిత కృత్యంబులు నిర్వర్తించి, శ్రీపురుషోత్తమ క్షేత్రంబునకుఁ జని, యింద్రద్యుమ్న సరస్సున శిరస్సు మజ్జనంబై నమజ్జన దృక్చకోర జ్యోత్స్నానాథుని జగన్నాథుని గొలిచి, యాతల గౌతమీ తటినీ తోయస్నాతుండై, జగన్మోహన మనోజ మనోవశీకరణ కారణ కళాప్రావీణ్య లావణ్య హావ భావ ప్రకట నటన రేఖా శ్లాఘా దూరీకృత రంభోర్వశీ రంభోర్వశీత కిరణ కిరణ నిభ విభా రంగ న్మణిరంగ మంటపోజ్జ్వలాసికలాసికా లక్షణ కృతలక్షణ కటాక్ష వీక్షణ సుధారస ధారా సేచన కాసేచి తాసేచన కాంగుండై, పాపాటవీ విపాటన పాటవ సంసూచన దీక్షారామ పరమేశ్వరుం డగు దక్షారామ భీమేశ్వరుం జేరి, జోహారులు నుపహారంబులు సమర్పించి, సంతతానంత కాంతి రంహుం డగు నంతర్వేది నృసింహు సేవించి, యందు భవసాగర తరణి యగు సాగర సంగమంబునఁ దీర్థంబాడి, కృష్ణవేణ్యాది పుణ్యతరంగిణుల మునింగి, యుత్తుంగ శృంగ విలోకి లోక సాత్కృత సుపర్వ పర్వతంబగు శ్రీపర్వతంబు లోచనపర్వంబుగాఁ జూచి, ప్రణమిల్లి, మల్లికార్జును సమ్మోదమునఁ బ్రణుతించి, తన్మనోబ్జ భ్రమరీ విభ్రమ రమ్యయగు భ్రమరాంబం బ్రశంసించి, భక్త శోభన పరంపరా సంపాదక పాదకమల రజోలేశు నహోబలేశు భజించి, నిజభజనరత జన ప్రతిపాది తానశ్వర పదంబులగు శ్రీవేంకటేశ్వర పదంబులకు నమస్కృతులు విస్తరించి, దుస్తరాంహస్తూలికా సందోహ దాహ దోహల నిజాహ్వయ స్మరణ విస్ఫులింగంబగు శ్రీకాళహస్తి లింగంబు నంతరంగంబున హర్షతరంగంబు లుప్పొంగం గాంచి, కాంచీపురంబున కరిగి, కరిగిరీశ్వరుండై విరాజిలు వరదరాజుల నమ్రజన క్రమఫల దాయకు నేకామ్రనాయకుం బూజించి, యవులఁ గావేరి కాంతరిత కాంతాంతరీపంబునఁ బ్రసన్నరూపంబునం బాటిల్లు కోటి హరిత్తురంగధాముని రంగధాముని సేవించి, కుంభఘోణ చంపకారణ్యాది పుణ్యక్షేత్రమ్ము లీక్షించి, దక్షిణ నీరాకర వీచికా నికరశీకర తుందిలమందానిలా స్పంద నాతి శీతల సికతాతల విహిత యాతాయాత నిరవధిక పథిక నికాయ కాయమా నాయమాన లవల్యేలా వల్లీ వేల్లిత క్రముక ప్రముఖాఖిల శాఖి శాఖా శిఖా లతాంతర కుహర విహరమాణ వివిధ గరుద్రథ కుల కలకలోద్వేల వేలా మనోజ్ఞమార్గంబున నపవర్గ రమేశ్వరంబగు రమేశ్వరంబునకుం బోయి, సేతు సంతర్పణం బొనర్చి, విధూత స్వాత్మ పంచజన వృజిన జనుష్కోటి యగు ధనుష్కోటిం గృతస్నానుండై,

పాండుసూనుం దండులం దులాపురుషాది మహాదానంబు లాచరించి, రఘువీర భూభుజ భుజాదర్ప దర్పణంబగు రామాయణంబు పారాయణంబు చేసి, భూసురాశీర్వాద సంపదలం బొదలి, యచ్చోటుఁ గదలి, పదుమూఁడవ నెలఁ బాండ్యమహీమండలాఖండలుం డగు మలయధ్వజుం డేలు మణిపురంబుఁ జేరం బోవు సమయంబున. 128

అర్జునుఁడు పాండ్యరాజ సుత చిత్రాంగదను జూచి విరాళి గొనుట

సీ. మంగళస్నాన సంభ్రమముఁ దెల్పెడి రీతిఁ
గెలనఁ గెందామర కొలనఁ దేలి,
ధవళముల్ విని చొక్కు హవణుఁ దెల్పెడు లీల
హాళిఁ గోయిల పల్కు లాలకించి,
తలఁబ్రాలు వోయు బిత్తరముఁ దెల్పెడు చాయఁ
గ్రొన్ననల్ దోయిళ్ళ కొలఁది నొసఁగి
బువ్వాన భజియించు పొలుపు దెల్పెడి జాడ
గుమిఁ గూడికొని మరందములు గ్రోలి,

తే. తనకుఁ దోడ్తోడ నగు పెండ్లి కనఁబడంగఁ
జేయునటువలె గారాబుఁ జెలులఁ గూడి
వనవిహారంబు గావించి చనెడు పాండ్య
రాజ సుతఁ జూచి యప్పాండురాజ సుతుఁడు. 129

తే. 'ఈ వెలంది యొడల్ పైఁడిలో వెలంది
యీ నెలంత లలాటంబు లే నె లంత;
యీ సుపాణి రదశ్రేణియే సుపాణి;
యీ బిడారు మృగీమద శ్రీబిడారు. 130

క. వాతెఱకు నమృతమే తుల;
మే తులకింపుల పిసాళి మిసిమికిఁ గ్రొమ్మిం
చే తుల; చేతుల కబ్జము
లే తుల; లేతుల వెలందు లీ చెలి తులయే? 131

క. కన్నె నగుమోము తోడన్
బున్నమ చందురుని సాటిఁ బోలుప వచ్చున్,
నెన్నుదురుతోడ మార్కొని
ము న్నందఱుఁ జూడ రేక మోవక యున్నన్. 132

క. కమలముల నుజ్జగించున్,
గుముదంబుల బుజ్జగించుఁ గొమ చూపులు; పు
న్నమ చందమామ వెలుఁగుల
కొమ రంతయుఁ బుణికి పుచ్చుకొనఁ బోలుఁ జుమీ. 133

శా. చెండ్లా గుబ్బలు! జాళువా తళుకులా చెక్కిళ్ల డాల్! సింగిణీ
విండ్లా కన్బొమ! లింద్రనీల మణులా వేణీరుచుల్! తమ్మి లేఁ
దూండ్లా బాహువు! లింత చక్కఁదన మెందుం గాన! మీ జవ్వనిం
బెండ్లాడంగలవాఁడు చేసినది సుమ్మీ భాగ్య మూహింపఁగన్.' 134

మ. అని 'కన్గొంటె విశారదా?' యనిన "నాహా! యే మనన్వచ్చు నో
జననాథాగ్రణి! యీ వినూతన తనూ సౌందర్య మీక్షించినన్
దనుఁ దా మెచ్చు విధాత చిత్తమున నీ తన్వంగితోఁ బోల్పఁగా
నెన లే; దెచ్చుటఁ జూడమా తుహిన భూభృత్సేతుమధ్యంబునన్. 135

క. "మలయధ్వజ బాహజను
స్తిలకుని గారాబుఁబట్టి చిత్రాంగద పే
రలఘు కుల శీల గుణములు
గల దీకన్య" యని చెప్పఁగా వింటి నృపా! 136

క. అన విని మనమునఁ గోర్కులు
కొనసాగఁగ 'నీ నృపాలకునితో నెయ్యం
బొనరింప వలయు నేఁ డి
వ్వని నుండుద' మనుచుఁ జొచ్చి వచ్చుచు నుండన్. 137

సీ. పద్మ రేఖలఁ బొల్చు బాలికా తిలకంబు
చరణంబు లూఁదిన తెరువుఁ జూచి
మలయధ్వజతనూజ కొలువు సేసిన జీవ
దంతపుఁ జవికెఁ జిత్తరువుఁ జూచి
పొన్న గున్నల నీడఁ గన్నె పుప్పొడి తిన్నె
మరుని బూజించిన హరువుఁ జూచి
కొమ్మ కౌఁగిటఁ జేర్ప గోరంట నంటిన
మొనగుబ్బ కస్తూరి మురువుఁ జూచి

తే. యీ వనము చేసినదికా యదృష్ట మనుచు
రాజసుతుఁడు చిత్రాంగద మై జవాది
కమ్మతావి గుబాళించు తమ్మి కొలని
కెలఁకులకుఁ జేరి, యంతంత వలపు మీఱి. 138

మ. 'తనకున్ గౌఁగిలి యీ వొకప్పుడును నాథా! నీ కరస్పర్శనం
బున గిల్గింతలె' యంచుఁ బద్మిని కరాంభోజమ్మునన్ మందమం
ద నటద్వాయుచల ద్దళాంగుళులు కన్పట్టంగ న వ్వెల్గురా
యని రా! రా! యని పిల్చె నాఁ దగె [1]ద్విరే ఫాద్యంత దీర్ఘ ధ్వనుల్. 139

ఉ. నా విని హావ భావ పరిణామవిదుండు విశారదుం డనున్
'దేవరవార లిందు నరుదే శకునమ్ములు మంచివయ్యె; వే
రావలె శోభ నోత్సవ పరంపర లిప్పుడు; చూడుఁ' డంచు నె
త్తావుల దీవులై తనరు తామర మొగ్గలు రెండొసంగినన్. 140

తే. అదియు నొక శకునంబుగా నధిపుఁ డంది
'చేతి కందిచ్చి నట్ల నె చేకుఱంగఁ
గలదు వలిగబ్బి [2]'గుబ్బెత చెలిమి' యనుచు
నాత్మలో నెంచి యా భావ మపనయించి. 141

---

1. ద్విరేఫాత్యంత; 2. గుబ్బెత.

చ. 'నెల యుదయించునప్పు డల నీరజముల్ కుముదంబు లౌను రేల్,
కలువలదాయ రాకకుఁ బగల్ కుముదంబులు నీరజంబు లౌఁ;
దలఁపఁగ నింత వింత గలదా!' యని కందువ మాటలాడుచున్,
'బళిర! కిరీటి' మీఱెఁ దన ప్రౌఢి విశారదుఁ డెన్నుచుండఁగన్. 142

ఉ. అంగజరాజు పాంథ నిచయంబులపై విజయం బొనర్ప నేఁ
గంగఁ దలంచునంత మును గల్గఁగ దాసులు పట్టు జాళువా
బంగరు టాలవట్టముల భంగిఁ గనంబడెఁ బూర్వ పశ్చిమో
త్తుంగ మహీధ రాగ్రములఁ దోయజ శాత్రవ మిత్ర బింబముల్. 143

సాయంకాల శోభ

క. ఒక మెట్టు తరణి డిగ్గిన
నొక మెట్టు శశాంకుఁ డెక్కు; నుర్వీస్థలిలో
నొక రాజు సన్నగిల్లిన
నొక రా జంతంతకున్ మహోన్నతిఁ గనఁడే! 144

చ. క్షితిపయి వట్టి ప్రాఁకులుఁ జిగిర్ప, వసంతుఁడు తా రసోపగుం
భిత పద వాసనల్ నెఱప, మెచ్చుక, చంద్రుఁడు మిన్నునం బ్రస
న్నతయును, సౌకుమార్యముఁ గనంబడ ఱాల్ గరఁగంగఁ జేసె; నే
గతి రచియించిరేని సమకాలము వారలు మెచ్చరే కదా! 145

చ. వెడ విలుకానికిం జెఱకు విల్లును, గల్వ లకోరి, కోరికల్
గడలుకొనంగ నామనియుఁ, గల్వలరాయఁడు నిచ్చి మన్ననం
బడయుడు, వాని కెక్కుడుగ మౌర్వులు తాముసు గాన్కఁ దెచ్చెనా
బడిబడి గంధలుబ్ధ మధుపంబులు రాఁ జనుదెంచెఁ దెమ్మెరల్. 146

చ. ఒక చిగురాకుఁ గొమ్మఁ బిక, మొక్క ప్రసూన లతాగ్రసీమఁ దేం,
ట్లొక ఫలశాఖ రాచిలుకయున్ రొద సేయఁగ, గాడ్పు పొందు వా
యక పయి వెన్నెలల్ పొలయ సామని సొంపుల నింప జొంపమా
నొక యెలమావి క్రింద మరుఁడో యనఁగా నరుఁ డుండె నయ్యెడన్. 147

క. విధు చకచకలును, బుంద్రే
క్షు ధనుర్ధరు నంప సెకలు, శుక పిక శారీ
మధులిట్టులు మలయానిల
మధు లిట్టులు తనదు ధైర్యమహిమఁ గలంపన్. 148

ఉ. 'చందనగంధి నెన్నుదురు చందురులో సగపాలు; బాల ము
ద్దుం దెలి చూపు లంగజుని తూపుల లోపల మేల్తరంబు; లిం
దిందిరవేణి మోవి యెలదేనియలో నికరంపుఁ దేట యే
మందము! మందయాన మొగ మందము మీఱు నవారవిందమున్. 149

ఉ. బంగరు బొంగరాల పరిపాటి చనుంగవ; మీల సూటి త
ళ్కుం గనుదోయి; చంద్రు ప్రతికోటి మొగం; బెలదేఁటి ధాటిక
న్నం గడు మేటి వేణి; పులినంబుల సాటి పిఱుం; దయారె! చి
త్రాంగద సాటి జోటి గలదా?' యని మెచ్చుఁ గిరీటి మాటికిన్. 150

క. ఈ కరణిఁ దలంచుచు నా
ళీక నిభానన నెదన్ నిలిపి రే గడపెన్;
లే కెటుల నిద్ర వచ్చు
న్రే కగు నయ్యువిద నెదను నిల్పిన దాఁకన్? 151

తే. అపుడు నృపుఁడు ప్రఫుల్ల నవాంబుజ ప్ర
సన్న ముఖుఁ డయి 'మలయధ్వజ క్షితీశ
కమలహితునకు మామ కాగమన వార్తఁ
దెలుపు' మనుచు విశారదుఁ బిలిచి పనిచె. 152

విశారదుఁడు పెండ్లి రాయబారము నడపుట

చ. పనిచిన నేఁగి, యాతఁడు, నృపాలుని మంత్రి ముఖాంతరంబునం
గనుఁగొని, 'యంత్ర మత్స్యము జగం బెఱుఁగన్ భుజశక్తి నేసి జ
వ్వనిఁ గయికొన్న యర్జునుఁడు వచ్చినవాఁ డిదె తీర్థయాత్రగా,
జనవర!' యంచు విన్నపము సల్పినయంత ససంభ్రమమ్ముగన్. 153

క. తన నగరు వంటిదే చ
క్కని నగ రొక టాయితంబు గావించి పురం
బు నలంకరింపఁగాఁ జే
సినవాఁ డై యపుడు సకల సేనలు గొల్వన్. 154

చ. ఎదురుగ వచ్చి పాండ్య ధరణీశ్వరుఁ డర్జునుఁ గాంచి 'నేఁడుగా
సుదినము! మీరు రాఁ గలుగు శోభన మెన్నఁడు గల్గుఁ; బ్రోలికిం
బదుఁ'డని యిద్దఱున్ దొఱసి భద్రగజంబుల నెక్కి వచ్చి రిం
పొదవ హళాహళిం గడకు నొత్తెడు పౌజులదిక్కు సూచుచున్. 155

తే. రాజ వీథుల నెసఁగ నీరాజనములు,
కటికవా రెచ్చరింప నైకటిక భూమి,
వందిజనములు పొగడఁ జెల్వంది మిగులఁ
బురము సొత్తెంచె విజయుఁ డబ్బురము గాఁగ. 156

క. నెట్టుకొని నరునిఁ గనుచోఁ
బట్టణమునఁ గల సమస్త భామల కహ!
యెట్టి విచిత్రమొ! మనసునఁ
బుట్టివాఁ డపుడు మనసుఁ బుట్టించెఁ జుమీ! 157

ఉ. 'చక్కఁదనంబు రూపునఁ బొసంగుటె కాదు; గుణంబులందునున్
జక్కఁదనంబు గల్గు నెఱజాణ; జగంబుల నీడు లేని నా
చక్కని కూఁతునుం దొఱయఁ జాలినవాఁ; డితఁ డల్లుఁడైనఁగా
మిక్కిలి కీర్తి గల్గు?' నని మెచ్చు మనంబున రాజు సొరెకున్. 158

చ. అదు గడుగందునున్ మణిపురాధిపుఁ డి ట్లుచితోపచారముల్
కడు నొనరించి యుద్వహన కౌతుక హేతు కళావిశేషమా
విడిదికిఁ దెచ్చి, సిల్పి, యతివిస్మయ మందఁగ విందు, వీడుకో,
లుడుగరలున్ ధనంజయుని యుల్లము రంజిలఁ జేసె నెంతయున్. 159

ఆశ్వాసాంతము

మ. సరసాగ్రేసర! వాసరప్రభు తనూజ స్థూలలక్షా! పురం
దర జి ద్భోగ ధురంధరా! భరతశాస్త్ర ప్రౌఢ మార్గైక లా
స్య రసాస్వాదన కోవిదా! శ్రవణ భూషా దివ్యరత్న త్విషా
తరణి శ్రీకర గల్లభా! విభవభృ త్తంజాపురీ వల్లభా! 160

క. యాచనక వినుత! వనితా
సేచనక! మనోహరాంగ శృంగార కళా
సూచన! క్రమ కవిత్వా
లోచన కందళిత హర్ష లోలుప హృదయా! 161

క. తరుణీ మన్మథ! యాశ్రిత
భరణ గుణాభరణ! శౌర్య బహు రాజ్య ధురం
ధర! సత్యాదిమ చక్రే
శ్వర! యభినవ భోజరాజ వర బిరుదాంకా! 162

తోటకవృత్తము

అతు లాగమ శాస్త్ర నిరస్త సురే
జ్య! తులాతిగ విద్వ దవాప్త శత
క్రతు లాభ! శుభోదయ కారణ ర
త్న తులాపురుషాదిక దాన చణా! 163

ఇది శ్రీసూర్యనారాయణ వరప్రసాద లబ్ధ ప్రసిద్ధ సారస్వత సుధాసార జనిత
యశోలతాంకూర చేమకూర లక్ష్మణామాత్యతనయ వినయ ధురీణ
సకల కలాప్రవీణాచ్యుతేంద్ర రఘునాథభూపాల దత్త
హస్తముక్తాకటక విరాజమాన వేంకట కవిరాజ
ప్రణీతంబయిన విజయవిలాసంబను
మహా ప్రబంధంబునందుఁ
బ్రథమాశ్వాసము.

శ్రీ

విజయ విలాసము

ద్వితీయాశ్వాసము

(విశారదుఁడు మలయధ్వజుని యాశయము నర్జుననకు విన్నవించుట - చిత్రాంగదా వివాహ మహోత్సవము - చిత్రాంగదార్జునుల పడుకటింటి ముచ్చటలు - బభ్రువాహన జననము - సౌభద్ర తీర్థమందలి మకరముల శాపమోక్షణము - నంద మొదలగు నచ్చరకాంతల చరిత్ర - వేలుపు మించుఁబోఁడు లర్జునుని బలవైభవాదుల నభినందించుట - అర్జునుని కపట సన్న్యాస వేష స్వీకారము - కృష్ణుఁడర్జునుని రైవతక పర్వతమున నిలుపుట - యాదవుల రైవతకోత్సవ సన్నాహములు - అర్జునుఁడు సుభద్ర రూపరేఖలఁ గాంచి పరవశుఁడగుట - బలరాముఁడు కపట త్రిదండిని ద్వారక కాహ్వానించుట - బలరాముఁడు సన్న్యాసిని సత్కరింప సుభద్రను నియోగించుట - కుహనా సన్న్యాసి సుభద్రకు శకున శాస్త్రము చెప్పుట - సుభద్ర యర్జునుని వృత్తాంతమును యతి నడుగుట - సన్న్యాసి తానే యర్జునుఁడని బయట పడుట - అర్జునుఁడు గాంధర్వ వివాహ మాడుమని సుభద్ర నర్థించుట --సరసోక్తులతో సుభద్ర తప్పించుకొనిపోవుట - ఆశ్వాసాంతము)

క. శ్రీధుర్య శౌర్య! ధైర్య
క్ష్మాధర మూర్ధన్య! యాది గర్భేశ్వర! వి
ద్యాధిక! వితరణ దీక్షా
రాధాసుత! యచ్యుతేంద్ర రఘునాథ నృపా! 1

తే. అవధరింపు కథా కర్ణ నాతివేల
హర్షు లై నట్టి దివ్య మహర్షులకును
దత సమస్త పురాణ కథా శతాంగ
సూతుఁ డై విలసిల్లెడు సూతుఁ డనియె. 2

విశారదుఁడు మలయధ్వజుని యాశయము నర్జునునకు విన్నవించుట

ఉ. ఆ చెలువంపు రాకొమరుఁ డంత వయస్యుని జూచి యింపుతో
'నీ చతురత్వ, మీ వినయ, మీ యుచితజ్ఞత యెందునేనియుం
జూచితె? మైత్రికిం దగిన చో టగు; శోభనపుం బ్రసంగమున్
సూచన చేసి రాజు మది చొప్పెఱుఁగన్ వలదా విశారదా?' 3

మ. అనినన్ 'మీ మదిలోఁ దలంచినది మేలౌ; సిద్ధసంకల్పు లీ'
రని యావేళనె చిత్రవాహనుఁడు కొల్వై యుండఁగాఁ బోయి యా
యన 'రా ర'మ్మని గారవించి సుముఖుండై 'రాజుగారిప్పు డే
మనినా? రెయ్యది వార్త?' యంచుఁ బయిపై నాసక్తితోఁ బల్కఁగన్. 4

చ. 'అవనితలేంద్ర! మా విభుని హర్ష మ దేమని విన్నవింతు? సం
స్తవ మొనరించి రింతవడి సామిచరిత్రమె వేయినోళ్ళ; న
ర్ణవపతితోడ బాంధవ మొనర్చిన మాధవు లీలఁ దారు బాం
ధవ మొనరింపఁ జిత్త మిడినారు గుణాంబుధు లీరు గావునన్.' 5

క. నా విని సంతోషము మది
నావిర్భవ మొంద 'నా మహారాజునకున్
దేవేరిగ నా కన్నెన్
బావన గుణ నీయఁ గనుట భాగ్యము గాదే? 6

చ. కల దొకమాటఁ దెల్పఁగల కార్యము; తొల్లి ప్రభాకరుండు నాఁ
గలఁ డొకఁ డస్మదీయ కులకర్త; యతం డనపత్యుఁడై యచం
చలమతి శంకరుం గుఱిచి చాలఁ దపం బొనరింప నంతటన్
'గలుగుఁ గుమారుఁ డొక్కొకఁడుగా' నని యిచ్చె వరంబు వేడుకన్. 7

క.   అంగజహరుని ప్రసాదము
నం గలుగుచు వచ్చె సుతుఁడు నాఁ డాదిగ మా
వంగడమున; నది యిప్పుడు
వెంగడమై కూఁతు రుద్భవించెను నాకున్.   8

క.   ఆ దుహితఁ గుమారుని మ
ర్యాదగఁ జూచికొని యుందు; నా కన్నియకున్
బ్రాదుర్భవించు వానిన్
నాదు కులంబునకు వలయు నాథునిఁ జేయన్.   9

క.   కా దనరా దీ కార్యము;
జాదులును బ్రసాదమౌ విశారద! నాకున్
నాదు హితం బొనఁగూరిచి
నా దుహితం బెండ్లి సేయు నరనాథునకున్.'   10

తే.   అని యతనిఁ బంచె; నా మాట కర్జునుండు
సమ్మతించె; ముహూర్త నిశ్చయము నయ్యె;
హితుఁ డన విశారదుఁడె కాక యెందుఁ గలరె?
కోర్కి వెలయంగ దొరఁ బెండ్లికొడుకుఁ జేసె.   11

చిత్రాంగదా వివాహ మహోత్సవము

క.   సుత్రామనిభుఁడు పాండ్య ధ
రిత్రీ విభుఁ డానతీయ, శృంగార కళా
చిత్రాంగదయుత యగు నా
చిత్రాంగదఁ బెండ్లికూఁతుఁ జేసిరి కాంతల్.   12

క.   గరిత లలంకృతి సేయఁగ
గరువపు మురు వపుడు హెచ్చి కన్నియ దనరెన్;
బరిణగుప్పుం గ్రేసేఁతల
నరపతి యొఱ పతిశయిల్లు నటనఁ జెలంగెన్.   13

మ. తన వంశంపు నృపాలు పెండ్లిఁ గను తాత్పర్యంబునన్ వచ్చెనో
యనఁ జంద్రుం డలరెన్; గిరీటి సుముఖుండై యంతఁ గైసేసి తె
చ్చిన భద్రేభము నెక్కి ఠీవిమెయి వచ్చెన్ బాంధ్యభూపాలు లో
చనముల్ చల్లఁగఁ, గ్రొత్త ముత్తియపు సేసల్ జవ్వనుల్ చల్లఁగన్. 14

చ. నలుగడ హృద్య వాద్య నటనం బొలయన్, గపురంపు టారతుల్
వెలయ, ద్విజశ్రుతుల్ చెలఁగ, విప్ర వధూ శుభ గాన లీల శో
భిలఁగ వివాహవేదికకుఁ బెండ్లికుమారుఁడు వచ్చె నిట్టు; లా
వల నల పెండ్లి కూఁతురును వచ్చె రణ చ్చరణాంగదంబులన్. 15

శా. పంకేజాతములన్ దిసంతు లడచున్ బాలామణీ పాదముల్;
వంకల్ దీర్చు మనోజ సాయకములన్ వాల్చూపు; లేణాంకునిన్
శంకల్ సేయు మొగంబు; జక్కవకవన్ జక్కట్లు దిద్దుం గుచా
హంకారంబు; మదాళిమాలికల నూటాడించు వేణీరుచుల్. 16

క. హరిపతి నడుమున కోడెన్;
గరువపు నడకలకు నోడె గజపతి; యిఁక నీ
నరపతి లోనగు టరుదే
వరవర్ణిని మెఱుఁగు వాఁడి వాల్చూపులకున్? 17

ఉ. 'చక్కని కాన్యకామణికిఁ జక్కనివాఁడగు ప్రాణనాథుఁడున్,
జక్కని శోభనాంగునకుఁ జక్కని యింతియుఁ గల్గు టబ్బురం
బెక్కడ, నిట్టు లుండవలదే! రతిదేవికి సాటి వచ్చుఁ బో
యి క్కనకాంగి; మన్మథున కీ డితఁ డీడిత రూపసంపదన్.' 18

క. అని రూప కళలఁ జూపఱు
గొనియాడగఁ, బేరఁటాండ్రు గొందఱు తెర వం
చినఁ జూచె నతివ నర్జునుఁ
దనురాగాంబుధి తటాన నటఁ దెర యెత్తన్. 19

తే. కలదు లే దన నసియాడు కౌను తీరుఁ,
దళుకు మొగమున కెగయు గుబ్బల బెడంగుఁ
జూచి, యాతని నిడువాలుఁ జూపు లపుడు
నిండు వేడుక మిన్నంది కొండఁ దాఁకె. 20

చ. చిలకలకొల్కి కన్గొనియెఁ జేరలఁ గొల్వఁగ రాని కన్నులున్,
మొలక మెఱుంగు నీలముల ముద్దులు గాఱు నొయారి మీసముల్,
గలకల నవ్వు చక్కని మొగంబు, వెడంద యురంబు, సింగమున్
గలఁచు రువాణపుం గవును గల్గిన యా కురువీర పుంగవున్. 21

క. అంగజ రాజ్యం బేలుట
కుం గట్టిన తోరణం బొకో యన, నతఁ డా
శృంగారవతికిఁ గట్టెన్
మంగళసూత్రంబు చతురిమం గళసీమన్. 22

మ. అనురక్తిం దలఁబ్రాలు వోసె విజయుం డావేళ బంగారు కుం
డన రం గౌ నలినీలవేణి పయి ముత్యాల్ దోయిటన్ ముంచి చ
య్యనఁ బాల్పొంగిన కైవడిన్ సిరులు పెంపైఁ బూలు రేకెత్తిన
ట్లనె వర్ధిల్లు మటన్న దీవనల కెల్లన్ దావలం బై తగన్. 23

తే. తామ్రపర్ణీ నదీతీర ధరణి నేలు
దొరతనముఁ దెల్పఁగా రాశి దొరలఁ బోసె,
ముదిత చేతులఁ దలఁబ్రాలు ముత్తియములు
ముదిత చేతులగుచు సభాసదులు వొగడ. 24

క. ఈ చందంబునఁ గల్యా
ణోచిత కృత్యంబు లెల్ల నొనరిచి యంతన్
రాఁచూలి భోగ్యవస్తు
ప్రాచుర్య మనోజ్ఞ కేళిభవనమునందున్. 25

చిత్రాంగదార్జునుల పడుకటింటి ముచ్చటలు

చ. మినుకుఁ గడాని జీనిపని మేలిమి మంచముపై వసించి యుం
డినయెడ నొయ్యనన్ సఖులు నేర్పునఁ దోడ్కొని వచ్చి ముోల జ
వ్వని నిడి తోడి చూపులకు వచ్చినవారును బోలె వెన్కకుం
జని; రవుఁ గాదె పై నతను సంగర మా నవమోహనాంగికిన్. 26

ఉ. చంచలనేత్రఁ గాంచి నృపచంద్రుఁడు మోహము నిల్పలేక చే
లాంచల మంటి, శయ్య కపు డల్లనఁ దార్చి, కవుంగిలింప నుం
కించుఁ; బయంట నంట గమకించుఁ; జెలించు టదెప్పు డెప్పు డం
చించుక సేపులోన మెఱయించు ననేక మనోవికారముల్. 27

ఉ. 'కానుక గాఁగ నిత్తు బిగి కౌఁగిలి, పల్కవె కీరవాణి! నీ
దౌ నుడి తేనె నా చెవుల నానఁ, గృపారస ధార నాన న
న్నానన మెత్తి చూడు నలినానన! గోలతనాన నేల లో
నానఁ జలంబు నీకు? మరునాన సుమీ! విడు నాన యింకిటన్. 28

ఉ. చక్కెరవింటి దేవర ప్రసాదముఁ గైకొను మిప్పు; డింద మో
చక్కెరబొమ్మ!; యంచు విలస న్మణికంకణ హస్త మంటి పే
రక్కఱఁ గప్పురంపు విడె మా నెఱజాణ యొసంగి నిక్కి లేఁ
జెక్కిలి ముద్దు వెట్టుకొనెఁ; జెప్పెడి దే మిఁక నా వినోదముల్! 29

ఉ. ఇగ్గెడు వెన్కకుం బయికి నీడ్చినఁ; బైఁటఁ దొలంగఁ జేయఁ గే
లొగ్గెడు; రెమ్మి పోఁకముడి యూడ్చినఁ గ్రుంగిలి రెండు కొంగులున్
బిగ్గ నడంచుచున్ విడిచిపెట్టదు; బాల ననం బనేమి? యా
సిగ్గుకు సిగ్గు లే దిటులు సేసిన పిమ్మట నుండవచ్చునే? 30

తే. కోర్కి వెలయంగ నిను దెచ్చి కూర్చినట్టి
తియ్య విలుకాని ఋణ మెందుఁ దీర్చుకొందు
నువిద! నీ చేయి చూచుక యున్న నాకు
నింద మని వేగ నీవి నీ వియ్యకున్న? 31

సీ. మకరకేతనుఁ గూర్చి మకరికా లతలు నీ
చెక్కుల వ్రాయంగ మ్రొక్కుకొంటిఁ;
గుసుమాకరునిఁ గూర్చి కుసుమ మాలికలు నీ
వేనలిఁ దుఱుమంగ వేఁడుకొంటి;
గంధవాహనుఁ గూర్చి గంధసారంబు నీ
గుబ్బలఁ బూయంగఁ గోరుకొంటి;
మృగలాంఛనునిఁ గూర్చి మృగమదంబున నీకుఁ
దిలకంబు దిద్దఁ బ్రార్థించుకొంటి;

తే. నిన్ను వరియించు నప్పుడే యిన్ని చేయు
వాఁడ నని మున్ను శృంగార వనములోన;
వల పెఱింగి యేలుకోఁగదే కలికి!' యనుచుఁ
గేళి కెలయించె న ముద్దరాలి నపుడు. 32

క. పొక్కిలి పొంతఁ గరం బిడి,
చెక్కిలి చెంత నొక కొంత చిఱున వ్వొలయన్
జక్కిలిగింతలు గొలిపెన్
మిక్కిలి వింతలుగ రతికి మేకొన నంతన్. 33

ఉ. డాసిన నింగితం బెఱింగి డాయఁగ నేరక, తత్తరంబునన్
జేసిన సేఁతకున్ బదులు సేయ నెఱుంగక, మేను మేనితో
రాసినయంతనే కళలు రంజిలి కౌఁగిట బాల యుండెఁ బో
యా సుఖ మింత యంత యన నైనది గాదు గదయ్య క్రీడికిన్. 34

ఉ. అంగజరాజ్య వైభవ సుఖాంబుధి నీ గతి నోలలాడి, చి
త్రాంగద సేవఁ జేయ మలయధ్వజు నిల్లట పల్లుఁ డై, తదీ
యాంగబలంబు గొల్వ నరుఁ డందుల రాజ్యము సేయుచుండ నా
సింగపుఁ జిన్ని లే నడుము చెల్వకు గర్భము నిల్చె; నంతటన్. 35

శా. మించెన్ బోరచి కోరికల్; కడు విజృంభించెన్ దనూగ్లాని; కా
న్పించెన్ మేచక కాంతి చూచుకములన్; జెక్కిళ్లపైఁ దెల్పు రె
ట్టించెన్; గూర్కులు సందడించె; నడ చండించెన్; [1]మృదామోదము
న్గాంచెన్ వాతెఱ; యోసరించెఁ ద్రివళుల్ నానాఁటికిన్ బోటికిన్. 36

బభ్రువాహన జననము

క. సీమంతవతీ మణికి
సీమంతముఁ జేసి రపుడు నెల లెనిమిది గా
శ్రీమంతు కెక్కు గర్భ
శ్రీమంతుం డీతఁ డనుట సిద్ధము గాఁగన్. 37

క. ప్రొద్దుల నెలలన్ వేవుర
నుద్దులుగాఁ జేయఁ దగు మహోయశములు గా
ముద్దుల బాలునిఁ గనియెను
బ్రొద్దుల నెల యెడల నిందుముఖి శుభ వేళన్. 38

చ. ధనము లసంఖ్యముల్ హిత బుధ ద్విజకోటికి నిచ్చి, యప్పు డా
తనయుని బభ్రు వర్ణ హయధట్టము నేలెడు నంచు బభ్రువా
హనుఁ డను పేరు వెట్టి చెలువందఁగ బంగరుఁదొట్లఁ బెట్టి, శో
భన విభవాప్తి రంజిలిరి పాండవ పాండ్య వసుంధరాధిపుల్. 39

సీ. 'తన కులస్వామి తండ్రిని సుధాంబుధిఁ బోలుఁ
బాల బుగ్గల మించు లీలఁ గనుటఁ,
దన పితామహుని బృందారకాధిపుఁ బోలు
రెప్ప వేయక చూచు రీతిఁ గనుటఁ,
దన వంశకర్త నుత్పల బాంధవునిఁ బోలుఁ
గరము లర్మిలిఁ జాఁచి గారవిలుటఁ,
దన తాత యనుఁగుఁ దమ్ముని నుపేంద్రునిఁ బోలు
నల్ల నల్లనఁ దప్పుటడుగు లిడుట

1. నవామోదము

తే. ధరణి గాంభీర్య, వైభవ, దాన, కృపలు
గల వని కనంబడఁగ వేఱ తెలుప నేల?'
యని గురుజనంబు లెంతయు నాదరింపఁ
జిన్ని బాలుండు ముద్దులు చిలుకుచుండె. 40

తే. ఆడితప్పని ధర్మజు ననుఁగుఁ దమ్ముఁ
డా కుమారకుఁ జిత్రవాహనున కపుడు
వంశకరుఁగా నొసఁగి వేడ్క వారిచేత
నంపకముఁ గాంచెఁ దీర్థయాత్రాభిరతిని. 41

సౌభద్ర తీర్థమందలి మకరముల శాప మోక్షణము

మ. చని యా దక్షిణపుణ్యభూమిఁ గనుచున్ సౌభద్ర తీర్థంబునం
దును స్నానంబొనరింపఁ బోవ నట మౌనుల్ కొంద 'ఓహో! నిలుం
[1]డన ఘైతన్ముఖ పంచతీర్థములయం దత్యుగ్ర నక్రంబులుం
దును నూఱేఁడుల నుండి; యిందు నొకనాఁడుం జేరరా దేరికిన్. 42

ఆ. 'మోక్షమునకుఁ బోవ మొస లెత్తుకొనిపోయె'
ననెడు వార్త నిక్క మగు నటంచుఁ
గ్రుంక వెఱతు రెవ్వరును; మీర లటు పోకుఁ'
డనిన నవ్వుకొనుచు నర్జునుండు. 43

తే. 'ఏను దీర్థము లాడఁగ నేఁగుదెంచి
యేనుతీర్థము లాడక యివలఁ జనుట
పౌరుషమె?' యంచుఁ గ్రుంకుచో వారిచరము
పట్టెఁ, బట్టిన న మ్మహా బాహుబలుఁడు. 44

క. ఎడమ కరంబుననే య
య్యెడ మకరముఁ బట్టి బయిటి కీడిచి వైవన్
వడి భూమికఁ జూపిన కై
వడిఁ దొల్లిటి రూపు వాసి వాసి [2]యెసంగన్. 45

---

1. డనఘానన్ముఖ, 2. యెసంగన్

ఉ. వ్రటువ గుబ్బలున్, దొగరు వాతెఱయున్, జిఱునవ్వు వెన్నెలల్
తొ్రటిలు ముద్దుమోమును, దళుక్కను మేను, వెడంద సోగ యై
వ్రటిలు కన్నుదోయి, నిడువాలుఁ గురుల్, బటువౌ పిఱుందు, లేఁ
గుఱ్ఱ నునుంగవున్ గలుగు కోమలియై యది మ్రోల నిల్చినన్. 46

క. ఆ లోలనయనఁ గనుఁగొని
యాలోచనఁ జేసె నృపతి యద్భుతమతియై
యాలో 'నిది యచ్చర ప్రో
యాలో, కా కల్ల మరుని యాలో' యనుచున్. 47

క. 'ఈ బాల మోమునకు నా
జాబిల్లికి నెంత దవ్వు? సరి వచ్చునాకో
యీ బిడ చనుఁగవ కొక మె
ట్టా బంగరు గట్టు; తక్కు వౌ నెంచంగన్. 48

క. నడు మెంత సైక? మోహో,
పిడికిటిలో నణఁగు; బెళుకు బేడిస మీలన్
గడ కొత్తుఁ గన్ను; లౌరా!
జడ యందముఁ జూపఁ బాఁపజగతిన్ గలదే?' 49

మ. అని యా క్రీడి మనంబునం బొగడి 'యుగ్రాకార నక్రంబ వై
మును ప ట్లుండిన దేమి? మేలు చెలువంపుం గల్కివై యిప్పు డొ
ప్పిన దే? మెవ్వరి భామినీమణివి? నీ పేరేమి?' నా నిట్లనున్
'విను మో భూవర! యానుపూర్విగఁ బురావృత్తాంత మాద్యంతమున్. 50

నంద మొదలగు నచ్చరకాంతల చరిత్ర

క. ఏ నంద యనెడు నచ్చర
చానన్; దరుణేందుధరుని సఖుని యనుంగన్;
నా నెచ్చెలులు త్రిలోకీ
యానేచ్చలు గలరు నల్వు రతుల శుభాంగుల్. 51

ఆ. వారు లలిత, పద్మ, సౌరభేయి, సమీచి
యనెడు పేర్లు గలుగు నట్టివారు;
జగము లెల్లఁ జూచి చనుదెంచుచో మేము
వనధి కాంచి నొక్క వనము కాంచి. 52

మ. 'విహరించున్ మలయానిలం బిచటఁ; దావిం జిల్కి నెమ్మేని యా
విహరించున్; బిక నాదముల్ చెవికిఁ గావించుం జవుల్; పోద మా
సహకారాళి పదంబుఁ జూడఁగ వయస్యా! హాళి వాటిల్లెడున్
స హకారాళి పదంబుఁ జూడఁగ వయస్యా హాళి! యౌనే కదా!' 53

క. అని యితరేతర చతురో
క్తి నిగుంభన మెఱయ నరిగి తేఁకువ నందున్
ముని యొకఁడు తపము సేయం
గని, యది విఘ్నంబు సేయఁ గడఁగి, కడంకన్. 54

క. నెఱికురులు, కేలుఁజిగురులు,
నిఱి చన్నులు, విరివికన్ను, లించుక కౌనుల్,
[1]చిఱుఁదొడలు, నంచనడలు
న్మెఱపుల యొఱపులు ఘటింప నిలిచి నటింపన్. 55

క. మాపొలు పొకింత గనుఁగొని
తాపసుఁ డట వలపు పేరు దైవ మెఱుంగున్,
శాప మొసఁగె మకరులుగాఁ
గోప రసావేశ రూక్ష కుటిలేక్షణుఁడై. 56

క. అందులకుఁ జాల భయపడి,
యందఱ మడుగులకు వ్రాలి, యతి దీనతతోఁ
గొందలపడ, నపు డాతని
డెందము గైకొనియె నక్కటికపుం బెంపున్. 57

---

1. దొడలును బలు పిఱుఁదులు నె;

ఉ. శీతలదృష్టిఁ జూచి మునిసింహుఁడు 'నా వచనం బమోఘ మో
భీతమృగాక్షులార! మది బెగ్గిల నేల? యిఁకన్ వినుండు మీ
చేత గృహీతుఁ డై సలిలసీమను నెవ్వఁడు వెల్వరించు మి,
మ్మాతఁడె శాపమోక్షకరుఁ డయ్యెడుఁ; బొం' డని పంచెఁ బంచినన్. 58

చ. 'ఇలఁ గల వీళ్లు చూడ మన మేటికిఁ బోవలెఁ? బోయినన్ వనిన్
నిలువఁ బనేమి? నిల్చిన మునింగని త్రుళ్ళఁగ నేల? యంతలో
నలిగి శపింప నేమిటికి నాతఁడు? వ్రాఁతఫలంబు దప్పునే?
కలిగినవే కదా మకరికల్ మన కెప్పుడు వ్రాసి యుండుటల్!' 59

తే. అనుచు ననుతాపమునఁ ద్రోవఁ జనుచు నుండ
నారదుఁడు చూచి 'యచ్చరలార! మీరు
చిన్నవోయిన మొగముల నున్నవార
లే?' మనినఁ బూర్వవృత్తాంత మెల్లఁ దెలిపి. 60

తే. 'ఋషితిలక! కంటివే మా యదృష్టరేఖ?
కుడిచి కూర్చుండ కిదె యొక బెడఁద దెచ్చు
కొంటి; మే మేడ? మకరులై యుంట యేడ?
నర్మమే యిట్టి బాధ బింబాధరలకు?' 61

క. అన విని యనిమిషముని 'యో
వనితాతిలకంబులార! వసుధాగీర్వా
ణుని శాపము విధికృత; మే
ఘనునకుఁ దప్పింప నలవి గా; దటులగుటన్. 62

ఉ. మీరలు దక్షిణాంబుధి సమీపమునం దగు పంచతీర్థముల్
చేరియు, గ్రాహ రూపములఁ జెంది, శతాబ్దము లున్నఁ దీర్ఘ సే
వారతి భారతాన్వయుఁడు, వాసవనందనుఁ, డర్జునాఖ్యుఁ డే
తేరఁగలం; డతండు కడతేర్చు మిమున్ దృఢ సాహసంబునన్. 63

క. చనుఁ డచటికి నిపు డిం పెన
య; 'న దుఃఖం పంచభి స్సహ' యనంగా మున్

విని యుందురె కద! యేటికి
మనమున నుమ్మలికఁ జెంద మదవతులారా!' 64

శా. అంచున్ మమ్ముల నూఱడించ విన యాహ్లాదంబు లెంతే విజృం
భించన్ మ్రొక్కి 'జగంబులందున మిముం బేర్కొన్న మాత్రం బటా
పంచం బై దురితంబు లెల్లఁ జనఁగా భక్తిన్ మిమున్ నేఁడు ద
ర్శించన్ ఖేదము వోయి మోదము మదిం జెన్నారదా నారదా! 65

క. మీ కతమున నూఱేం డ్లని
మాకున్ మితి యెఱుక వడియె; మంటి;' మటంచున్
లోకేశ్వరసుతు దీవనఁ
జేకొని, యిట వచ్చి, నిలిచి చిత్తములోనన్. 66

క. 'దుర్జనన విసర్జనముగ
నిర్జరలోకాధినాథుని సుతుం డగు నా
యర్జును సర్జన సముదా
యర్జునుఁ గనుఁగొనెడి భాగ్య మది యెన్నఁటికో?' 67

చ. అని తలపోయుచున్ మకరికాకృతు లూని యిటుండఁగా, నిదే
పనిగ మదీయ పుణ్య పరిపాక మనం జనుదెంచి నీవు న
న్మనిచితివే కదా! కడమ నా చెలు లౌ జలచారి చారులో
చనలకు శాపమోచనము సల్పి కృతార్థలఁ జేయు పార్థివా! 68

క. అని నంద వేఁడినం, ద
క్కిన తీర్థము లాడి, వారికిన్ శాప విమో
చన మొనరింపఁగ, నేవురుఁ
జనుదెంచి శుభాంగలీల సన్నిధి నిలువన్. 69

క. 'కలలో నెఱుంగ మే గణి
కలలో నీ చెలువమున్; సకల లోకములన్
గల లోలాక్షుల గరగరి
కల లోఁగొనినారొ? చంద్రకలలో వీరల?' 70

క. అని 'తనచే నిజరూపముఁ
గనిరి గదా!' యనుచు వేడుకం గను నృపతిం
గని యా యచ్చర లిట్లని
కొనియాడఁ దొడంగి రధిక కుతుకాన్వితలై. 71

వేలువు మించుఁబోఁణు లర్జునుని బలవైభవాదుల నభినందించుట

సీ. 'బల వైభవంబుచే గెలుచు మాత్రమె కాదు
గమన లీలను గెల్చు గంధకరినిఁ
గీర్తి విస్ఫూర్తిచే గెలుచు మాత్రమె కాదు
నగు మొగమ్మున గెల్చుఁ దొగలతేని
బలు సాహసంబుచే గెలుచు మాత్రమె కాదు
మినుకుఁ గౌనున గెల్చు మృగకులేంద్రు
నలఘుదానంబుచే గెలుచు మాత్రమె కాదు
నెఱుల కాంతిని గెల్చు నీరదమును

తే. సకల సద్గుణ సౌందర్య సారమూర్తి
యనియు మును నారదుఁడు దెల్ప వినియ యుంటి
మి మ్మహాభుజు, నిప్పు డో కొమ్మలార!
కంటిమి గదమ్మ కన్నుల కఱవు దీఱ! 72

తే. బాపు! వలరాజు గర్వంబుఁ బాపు రూపు;
చాఁగు! రేరాజు కళల మిం చాఁగు రేఖ;
మేలు! నలరాజు సోయగ మేలుఁ జెలువ;
మమ్మ! యీ రాజు ప్రతి గానమమ్మ యెచట! 73

తే. అందఱును నింద్రనీల నిభాంగుఁ డందు
రింద్రనీల శుభాంగుఁడే యితఁడు గానఁ;
దంద్రిఁ బోలిన రూపు మాత్రంబె కా ద
యారె! భూలోక దేవేంద్రుఁ' డంచుఁ బొగడి. 74

తే. ‘నీకుఁ గల్యాణ మౌ రమణీయ రూప!
నీకు వంశాభివృద్ధి యౌ నృపకలాప!
నీకు జయ మగు సాహస నీతి భరిత!
నీకు సామ్రాజ్య మౌ మహనీయ చరిత!’ 75

శా. అంచున్ వేలుపు మించుఁబోణులు శుభోదర్కంబు గాన్పించ దీ
వించన్ వారిఁ బ్రియానులాపములచే వీడ్కొల్పి, గోకర్ణ భూ
ప్రాంచ ద్ధూర్జటిఁ గొల్చి పశ్చిమ సముద్ర ప్రాంత పుణ్యస్థలుల్
కంచున్ బోయి ప్రభాస తీర్థమున వేడ్కం గ్రీడి క్రీడించుచున్. 76

తే. ద్వారకాపుర మచటికిఁ జేరు వనుచుఁ
జెప్పఁగా విని కడు సంతసిల్లి ‘కలదు
గా! యిఁక సుభద్ర రూపరేఖావిలాస
విభ్రమంబులు గనఁ జూడ్కివిందు కాఁగ. 77

క. అర చందమామ నేలిన
దొరగా నెన్నుదురు నె న్నుదురు బిత్తరికిన్
బరువంపు మొల్ల మొగ్గల
దొరగాఁ బల్కుదురుఁ బ ల్కుదురు జవ్వనికిన్. 78

క. అలకలు నీలము, లధరం
బల పగడము, గోళ్లు ముత్తియంబు లటంచున్
దెలుప మును విందుఁ జిలుకల
కొలికి తెలంగెల్లఁ బూసఁ గ్రుచ్చిన రీతిన్. 79

తే. అనుచు నా కన్యఁ గైకొను నాసఁ దగిలి
యతులకు విధేయు లగుదురు యాదవు లని,
తను నెఱుఁగ కుండవలె నన్య లనియుఁ దలఁచి
యనుచర జనంబు నందంద పనిచి యంద. 80

అర్జునుని కపట సన్న్యాస వేష స్వీకారము

సీ. మృగనాభి తిలకంబు బుగబుగల్ గల లలా
టముపై మృ దూర్ధ్వ పుండ్రంబు దీర్చి
తపనీయ కౌశేయ ధౌరేయ మగు కటీ
రమునఁ గాషాయ వస్త్రము ధరించి
శరణాగ తాభయ సంధాయకం బైన
దక్షిణపాణిఁ ద్రిదండ మూని
రణచండ కోదండ గుణ కిణాంకం బైన
డాకేల నునుఁ గమండలువు దాల్చి

తే. యుండెఁ బో శాంతరస మెల్ల నుట్టి పడఁగ
'నంగనల పొందు రోసి సన్న్యాసి యగుట
గద యుచిత మెందు' నా నవమదన మూర్తి
యంగనామణిఁ గోరి సన్న్యాసి యయ్యె. 81

క. ఇటు లుండి 'తనదు కోరిక
ఘటియింప హలాయుధుండు గాఁ డనుకూలుం;
డటు లైన నేమి? యఘటన
ఘటనాచతురుండు గలఁడ కా హరి' యనుచున్. 82

క. గోపాల నందనుం డా
గోపాలక చక్రవర్తి కోమల దివ్య
శ్రీపాద పద్మములు దన
లోపలఁ దలపోయ నంత లోపల వేగన్. 83

ఉ. సొన్నపు సన్నసాలుఁ గటిఁ జుట్టి, కిరీటము మౌళిఁ దాల్చి, రే
మన్నియతోడఁ బుట్టు పెనుమానిక మక్కునఁ జేర్చి, వచ్చి చెం
త న్నిలిచెన్, దయారస మెదం బొదువన్ యదువంశ దుగ్ధవా
రాన్నిధి పూర్ణిమావిశదరశ్మి దరస్మిత చారువక్త్రుఁడై. 84

ఉ. అప్పుడు సామి తాఁ దలఁచినంతనె వచ్చె నటంచు విస్మయం
బుప్పతిలంగ వేడ్క నన లొత్తఁగఁ గన్నుల హర్ష బాష్పముల్
చిప్పిలఁ జక్రి పాదసరసీజములం బ్రణమిల్లి, తద్రుచుల్
రెప్పల నప్పళించుచును లేవక యుండఁగ సంభ్రమంబునన్. 85

కృష్ణుఁడర్జునుని రైవత పర్వతమున నిలుపు

ఉ. గ్రుచ్చి కవుంగిలించుకొని, కూరిమితోఁ గుశలంబు వేఁడి, తా
వచ్చిన రాక లోఁ దెలిసి, 'ద్వారక రైవతకాద్రి పొంతనే,
యిచ్చటికిన్ సమీప' మని కృష్ణుఁడు తెల్పుచుఁ, దోడితేరఁగా
వచ్చె రథంబుపై నపుడు వాసవి వేసవి యేఁగునంతటన్. 86

తే. వచ్చి రైవత కారామవాటి నిల్చి
కృష్ణుఁ డం దిష్టగోష్ఠి నా రేయి గడపి
'యిచట నుండుము, తావ కాభీష్ట మిపుడ
చేయుదు' నటంచుఁ బై తృష్ణసేయు నిలిపి. 87

యాదవుల రైవతకోత్సవ సన్నాహములు

ఉ. ద్వారక కేఁగి యందు బుధవర్గము బంధుజనంబు లాప్తులున్
గోరి భజింప నుండి యొక కొన్ని దినంబుల మీఁద భక్త మం
దారుఁడు వాసుదేవుఁడు ముదంబున రైవత కాచలోత్సవ
శ్రీ రచియింపఁగా వలయు రే పని మంత్రులఁ జూచి పల్కినన్. 88

ఉ. అప్పుడె వారుఁ దీర్పరుల నందులకున్ సమకూర్చి జాళువా
యొప్పుల కుప్ప లై మెఱయుచుండెడు మేరువులుం గురుంజులున్
జప్పరముల్ వితానములు సర్వము నాయితపెట్టి కానుకల్
దెప్పలుగా నమర్చి రతి తీవ్రత రైవత కాచలంబునన్. 89

చ. అపు డొక మాట కంసరిపుఁ డానతి యిచ్చెనొ లేదొ మంచి చొ
ర్కపుఁ గపురంపు గిన్నియలు కస్తురిగిన్నెలు రాశిగాఁగఁ గొం
డ పొడవు దెచ్చి పైచి రచటన్; మఱి తక్కిన వస్తు లంతిమా
యపరిమితంబు; లే మనఁగ నవ్విభు పట్టణ భాగ్య సంపదల్! 90

తే. గంధ మా ల్యాభరణ వస్త్ర కలితు లగుచుఁ
గామినీ రత్నములుఁ దారుఁ గలసి మెలసి
చనిరి రైవత కోత్సవంబునకు నపుడు
వీరు వారన క య్యదువీరు వారు. 91

చ. కలయఁగఁ జెంద్రకావి అవికం బలెఁ గుంకుమఁ బూసి 'చూడు మో
పొలఁతుక! నాదు నే' ర్పనినఁ 'బూసిన యట్లనె లెస్స యున్నదే,
బళి!' యని కేళినీరమణి పల్కిన నవ్వుచు శంబరారి య
ర్మిలిఁ గయిసేసి యేఁగిరి గిరిం గన నా రుచిరాంగు లిర్వురున్. 92

ఉ. రేవతి గుబ్బచంటి మకరీమయ రేఖ లురఃస్థలంబునన్
భావజ చిహ్న ముద్రలయి భాసిల, మేలిమికందు దుప్పటిన్
బై వలెవాటు వైచి, నును మైజిగి గందపుఁ బూఁతయై తగన్
రైవత కాద్రి కేఁగె బలరాముఁడు కేళి కళాభిరాముఁడై. 93

క. నగధరుని వెంట నడచిరి
మిగులం గైసేసి, యటఁ దమిం గస్తూరీ
భుగభుగలు నుదిరి బంగరు
నిగనిగ నెఱ యందె రవలు నెఱయం దెఱవల్. 94

చ. పురజను లింపునం గనఁగఁ, బొంతల రుక్మిణి సత్యభామయున్
దొరయఁగఁ, దక్కు నార్వురును దోఁ జన, నా వెనుకం బదాఱువేల్
తరుణులు గొల్చి రాఁగఁ, బ్రమదంబునఁ గృష్ణుడు వట్టివేళ్ల చ
ప్పరముల నీడనే యరిగెఁ బట్టిన కానుక లెల్లఁ జూచుచున్. 95

క. ఆ గతి నరిగి సమస్త జ
నాగతి రైవతకగిరి మహా మహ లీలా
భోగము కన్నుల పండువ
యై గాఢ కుతూహలంబు నడరం జేయన్. 96

ఉ. ము న్నతిభక్తిఁ బూజలు సమున్నతిఁ దా మొనరించి, మించి యో
షి న్నికరంబులం బిదప సేవ లొనర్పఁగఁ జేయుచుండె, నం

త న్నవరత్న హేమరచితం బగు పల్లకి నెక్కి వేడ్క తో
నన్నలు రామకృష్ణులు రయమ్మున ర మ్మని గారవింపఁగన్. 97

క. చెలియలు సుభద్ర వచ్చెన్
జెలియలు వేయాఱులు నిరుచెంతలఁ గొలువన్
'దొలకరి మెఱపో యిది' యని
తొలకరిదొర బిడ్డ వెఱఁగుతోడం జూడన్. 98

ఉ. యౌవత చూళికాభరణ మప్పుడు కొందఱు బోంట్లు ముంగలన్
రైవత కోత్స వాగత జనంబు బరాబరి సేయుచుండఁ, ద
ద్దైవత కర్చనానతు లతి ప్రమదంబునఁ జేసెఁ బై పయిన్
దైవతరాజ నందను ధనంజయునిం బతిగాఁ దలంచుచున్. 99

తే. ఈ కరణిఁ బూజ లొనరించి, యిష్టసఖులఁ
గూడి, య గ్గిరి కందరా కూట తట వి
నోద వైఖరు లెల్లఁ గన్గొనుచు సరస
గోష్ఠి నుండెడు పద్మరాగోష్ఠిఁ జూచి. 100

అర్జునుఁడు సుభద్ర రూపరేఖలఁ గాంచి పరవశుఁడగుట

క. మును విన్నది, తా నప్పుడు
గనుఁ గొన్నది యొక్క తీరుగాఁ దార్కాణై
పెనఁ గొన్న మహాశ్చర్యం
బున న న్నరుఁ డిట్టు లనుచుఁ బొగడం దొడఁగెన్. 101

ఉ. 'చూడమె దేవతా సతుల శోభనకాంతివిలాస వైఖరుల్
చూడమె నాగ కన్యకల లోక మనోహర రూపసంపదల్?
చూడమె మర్త్య కామినుల సోయగమున్ దమకంబు పెల్లు తీ
పాడఁగ? దీనివంటి యొఱ పైన మిటారిని జూడ మెందులన్. 102

క. చెక్కుల జిగి, చను గుబ్బల
చక్కఁదనము, మొగము తేట, జడ తీ రౌరా!

చొక్క మగు దీనిఁ జూచినఁ
జొక్క మనం గూడ దెట్టి సుజ్ఞానులకున్. 103

ఉ. కన్నులు దీర్ఘముల్; నగు మొగం బవురా! తలకట్టు తమ్మిపూ
పున్నమ చందమామలకుఁ; బొక్కిలి చక్కఁదనంబుఁ జెప్పఁగా
నున్నదె? మేలు బంతులు పయోధరముల్; చిఱుకౌను సున్న యౌ,
నెన్నిక కెక్కు వ్రాఁతఫల మి వ్వరవర్ణినికిన్ నిజంబుగన్. 104

తే. భ్రమరక మనోహరం బౌటఁ బద్మ మగును;
తారకా హృద్య మగుట సుధానిధి యగు;
రెంటి జగడాలు మోమున నంటి యుంట
నబ్జముఖి యంట లెస్స యీ యలరుఁబోఁడి. 105

సీ. ధారాధరము వెన్నుఁదన్ని పుట్టిన చాయ
నున్న దీ బింబాధరోష్ఠి వేణి;
జక్కవ కవ ఱొమ్ము ద్రొక్కి నిల్చిన జాడ
నున్న వీ నవలా పయోధరములు;
చిన్ని ప్రాయపు లేడిఁ జెవులు ప ట్టాడించు
గతి నున్న దీ రామ కన్నుదోయి;
నల్లచీమల బారు నడుము దాఁకిన వీఁక
నున్న దీ చెలువంపుఁ గన్నె యారు;

తే. విపుల పులినంబు వెన్కకు వీఁగ నొత్తు
నందమున నున్న దీ మందయాన పిఱుఁదు;
దీని కెనయైన లతకూనఁ గాన; మా మ
నోజ వజ్రాంగి యీ జగన్మోహనాంగి. 106

క. సైకము నడుము; విలాస ర
సైకము నెమ్మొగము; దీని మృదు మధురోక్తుల్

పైకముఁ దెగడున్, నవలా
పైకములో నెల్ల మేలుబం తిది బళిరా! 107

ఉ. ఇత్తరళాక్షి మేని జిగి యేలిక మేలి కడానిపైఁడి; కీ
గుత్తపు గుబ్బలాఁడి జడ కూఁకటి చీఁకటి మూలదుంప; కీ
పుత్తడిబొమ్మ కన్నుఁగవ పోలిక వాలిక గండుమీల; కీ
బిత్తరి ముద్దునెమ్మొగము పిన్నమ పున్నమ చందమామకున్. 108

తే. కామినీమణి నిడు వాలుఁ గన్నుఁగవకు
నెన్నికకు రాని తొగఱేకు లీడు సేఁత
తగదు తగ దిఁక నలిన పత్రంబులందు
నీ డగునొ యేమొ నూట వేయింట నొకటి! 109

క. మహిలో సరి గలదా యీ
మహిలోత్తంసంబు మేని మహిమకుఁ దెలియన్?
మిహి కుందనపు సలాకన్
మిహికాకరురేక [1]రేఖమించు మించున్ మించున్. 110

సీ. కలిగెఁబో యీ యింతి కులుకు గుబ్బలఁ జూడ
శీత శైలాదుల సేవ ఫలము;
కలిగెఁబో యీ నాతి వళుల యందముఁ జూడ
గంగాతరంగముల్ గన్న ఫలము;
కలిగెఁబో యీ రామ కనుబొమల్ చూడంగ
మును ధనుష్కోటిలో మునుఁగు ఫలము;
కలిగెఁబో యీ భామ కటి విలాసముఁ జూడ
భూ ప్రదక్షిణము సల్పుటకు ఫలము;

తే. తోడుతోడనె యిటులు చేకూడ వలదె?
తన్వి దీఅంగ, నింక నీ తన్విఁ గూడి

1. మించు

సరస సంభోగ సల్లాప సరణిఁ దేలు
నాఁడుగా ఫలియించుట నా తపంబు.' 111

క. అని కొనియాడుచు నుండన్,
వనితామణి నంత నుత్సవము చేసి, పురం
బున కన్పుచు మాయామునిఁ
గనుఁగొని, యా హలి నితాంత కౌతూహలి యై. 112

బలరాముఁడు కపటత్రిదండిని ద్వారక కాహ్వానించుట

తే. అతని నుత్తమ మునియ కా మతిఁ దలంచి
వినయమునఁ జేరి సాష్టాంగ వినతి సేసి
'స్వామి లెందుండి యిచటికి వచ్చినారు
తీర్థయాత్రగ, నది యెల్లఁ దెల్పుఁ' డనిన. 113

క. హిమశైల సేతువుల మ
ధ్యమునం గల నదులు, నిధులు, నాశ్రమములుఁ, దీ
ర్థములుం దాఁ గనుఁగొన్నవి
క్రమమున దెలుపం బ్రమోద రస పరవశుఁడై. 114

మ. 'కలిగెన్ భాగ్యవశంబునం గనుఁగొనంగా మిమ్ము; మమ్ముం గృతా
ర్థులఁ గాఁ జేయఁగ నాత్మలోఁ దలఁచి చాతుర్మాస్య మిచ్చోటనే
సలుపంగా వలె స్వామివా' రని నమస్కారంబు గావించి ప్రాం
జలియై వేఁడిన సమ్మతించెఁ గుహనా సన్యాసి యుల్లాసియై. 115

తే. చెలువ నేత్రవిలాసంబు చెవులు సోఁక,
బాల కుచలీల యెదఁ జాలఁ బట్టి క్రాలఁ,
గలికి నెటివేణి చెలువంబు కాళ్లఁ బెనఁగ
నవలఁ బోలేక నిలిచె న య్యర్జునుండు. 116

క. సీరియు నిటు లా సౌనా
సీరియు నన్యోన్యసూక్తి హితమానసులై

పోరాని కూర్మి నుండఁగ
నా రామునికడకు నంత హరి సనుదెంచెన్. 117

బలరాముఁడు సన్న్యాసిని సత్కరింప సుభద్రను నియోగించుట

క. చనుదెంచిన 'స్వాములకున్
వినతి యొనర్పు' మని 'యిచట వీరల నిలువుం
డనినార; ముపవనంబున
నునిచి మన సుభద్ర సేవ కొనరుపు' మన్నన్. 118

తే. 'వయసువారును జక్కనివారు వీరు;
మనసు మర్మంబు లేమియు మనకుఁ దెలిసి
యున్నయవి గావు; సేవకు నునుపఁ దగునె
కన్నె? నదియేమొ తెలిసికొ!' మ్మన్న నతఁడు. 119

క. 'వీరు మహాత్ములు, ఘను; లప
చారం బగు నిట్టు లాడ; సంయములకు మున్
గోరిక వెలయఁగఁ గన్యలె
గారా శుశ్రూష సేయఁగాఁ దగువారల్? 120

ఉ. నెమ్మది సంశయింప కిది నీవొనరింపు' మటన్న 'నట్లె కా
ని' మ్మని య మ్మునిప్రవరుఁ గృష్ణుఁడు తోడ్కొని ద్వారకాప్రవే
శ మ్మొనరించి, యంతిపురిఁ జయ్యనఁ జెల్లెలిఁ బిల్వ నంపి, 'రా
వమ్మ సుభద్ర! నీ యభిమతార్థము లెల్ల ఫలించు నియ్యెడన్. 121

శా. కామాది స్ఫురణంబు లెల్ల నడఁగంగాఁ జేసి ధన్యాత్ము లౌ
స్వాముల్ వీరలు; వీరి కింపొదవు తేవన్ సేవ గావింపు; మెం
తో మోదంబున నానతిచ్చి బలభద్రుండే నియోగించినాఁ;
డేమో చెప్పితి నంచు నుండెదవు సుమ్మీ నీ మదిన్ సోదరీ!' 122

క. అని తత్క న్యాంతఃపుర
వన వంజుల కుంజ సంజవనమునఁ గుహనా

ముని నుండఁ జేసి, పలికెన్
నెనరు మదిం బొదల రుక్మిణీసత్యలతోన్. 123

క. 'అతఁ డెవ డెఱుఁగుదురే? మీ
మతిలోనన యుండ నిండు; మన కుందనపుం
బ్రతిమ యగు సుభద్రకు నై
యతివేషముఁ బూనియున్న యర్జునుఁడు సుఁడీ! 124

క. తన మదిలో నితఁ డర్జునుఁ
డని తెలిసి సుభద్ర సేవ కరుగక యున్నన్
జని మీ రతనికి భోజన
మొనరింతురు గాని యూర కుండెదరు సుఁడీ'. 125

మ. అతనిం బూజ లొనర్పుఁ డిప్పు'డని నెయ్యం బొప్ప గోపాలుఁడా
నతి యీ నర్మిలి మ్రొక్కి 'నిన్నుఁ గని యెన్నాళ్లో కదా!' యంచు 'వ
చ్చితివా యన్న! కిరీటి! కూర్మి కలదా చెల్లెండ్రపై' నంచుఁ ద
త్సతు లేకాంతమునం బ్రియోక్తులను బూజల్ సేసి వీడ్కొల్పినన్. 126

తే. అ న్నరుం డంత శ్రీకృష్ణుఁ డున్న నగరి
సరసఁ గన్నియ రాణివాసమున నమరు
కేళివనిలోని నవరత్న కీలితంపు
బవిరిటాకుల చిన్ని యుప్పరిగలోన. 127

తే. తెలివ నెలవంకబొమలును, మెఱుఁగు వాఁడి
చూపులును జూచి, తన చేతి సూటి రోసి
యస్త్రసన్న్యాస మొనరించి నట్టి సుమ శ
రాసనుం డనఁ జెలిమీఁది యాస నుండె. 128

క. అందుండి మనసు లోన ము
కుందుం డీగతి నొనర్చు కుశలత కతఁ డా
నందమును జెందుచుండఁగఁ
గొందఱు గారాబు చెలులు గొల్వఁగ నంతన్. 129

ఉ. చందురుగావి పావడ పిసాళి రుచుల్ సరిగంచుఁ జీరపైఁ
జిందులు ద్రొక్క, వేణి కటిసీమ పయిన్ నటియింప, జాలువా
యందెలు మ్రోయ, జంటిఅవి కంటి చనుంగవ పిక్కటిల్లఁగాఁ
జందనగంధి వచ్చె రభసమ్మున న మ్మునిరాజు సేవకున్. 130

కుహనా సన్యాసికి సుభద్ర పరిచర్య

ఉ. వచ్చిన దౌలఁ గాంచి, తల వంచి, జపంబు నెపంబు వెట్టి వి
వ్వచ్చుఁ డొకింతసేపు తనవంకఁ గనుంగొనకున్న మెల్లనే
యచ్చట నిల్చి నిల్చి, వినయంబునఁ జేరి, కుచంబు లోరఁగాఁ
హెచ్చిన భక్తి మ్రొక్కి యనియెన్ జెలి యంజలిఁ జేసి యింపుగన్. 131

ఆ. 'ఓ మహానుభావ! యేమి కావలె? దేవ
పూజ కిపుడు పత్ర పుష్ప ఫల జ
లాదికములు దెత్తునా?' యనవుడు, 'నట్ల
సేయు' మనుచు నతఁడు సేయి సూప. 132

సీ. తన యరు ణాధరంబునకు నీ డివి యన్న
రమణ నేఱిచి పల్లవములు కొన్ని,
తన తనూసౌరభంబునకు జో డివి యన్న
చందాన వెదకి పుష్పములు కొన్ని,
తన మధు రాలాపమునకు దీ టివి యన్న
పగిది నారసి తియ్యఁబండ్లు కొన్ని,
తన లేనగవు తేటకును బాటి యివి యన్న
పోల్కిఁ దేఱిచి హిమాంబువులు కొన్ని.

తే. పత్ర పుటికా విధూపల పాత్రికలను
దెచ్చి, వినయంబుతోడ నందిచ్చె నపుడు
పసిఁడి గాజుల మిసమిసల్ పైకిఁ బొలయఁ
జకిత బాల మృగి చకచకిత నయన. 133

ఉ. గెంటని ప్రేమ మేను పులకింపఁ గిరీటికి, బూ లొసంగి వా
ల్గంటి గిఱుక్కునన్ దిరుగ గమ్మని కస్తురి తావి గ్రమ్ముకో
గింటెపు గబ్బి గుబ్బల జిగిన్ వెలిఁ జిమ్ము నొయారి జిల్గు ప
య్యంట చెఱం గొకింత తన యంగముపై నటు సోఁకినంతటన్. 134

అర్జున సన్న్యాసి - యనుష్ఠాన వైచిత్రి

క. చేసె జప మతఁడు కడు వి
శ్వాసము చెలి చూపు బేడిసలపై నిగుడన్
'జేసినయది జపమున్ మఱి
వేసినయది గాల'మనుట వృథ గాకుండన్. 135

తే. భామ మోమున వ్రేలు రూపంబుఁ జూచి
ముదిత యెదఁ బాయకుండెడు మూర్తిఁ దలఁచి
రమణి మైసగ మైన విగ్రహము నెంచి
ప్రోవు మని వేఁడుకొను దేవపూజ వేళ. 136

తే. వినతిఁ జేసిన, 'భిక్ష గావింపు' డనిన,
'మాఱు వడ్డింప నివి దెత్తునా?' యటన్నఁ,
బల్కు 'నారాయణా' యను భాషణంబె
యల నిజాలకు సన్న్యాసి వలె నతండు. 137

క. భయభక్తుల నిటు లా కృత
కయతి గ్రామణికిఁ గన్యకామణి శుశ్రూ
ష యొనర్చుచుఁ గొన్నాళ్లుం
డి, యొకానొకనాఁడు తనదు డెందము నందున్. 138

ఉ. 'వాసవి రూప చిహ్నముల వార్తలు మున్ వినియుండుదున్ గదా!
యా సొబగెల్లఁ నేఁడు కననయ్యెడు వీరలయందు; నైన స
న్న్యాస మసంగతంబగు; మహో సుకుమారుఁడు రా కుమారుఁడీ
గాసికి నోర్చునే? కలరుగా మఱి మానిసిఁ బోలు మానిసుల్!' 139

క. అని సంశయ మొక యించుక
యును లే, కెప్పటి వడువున యువతి వతంసం
బనువుగ నతనికిఁ బూజన
మొనరించుచు నుండె నంతి కోద్యానమునన్. 140

సీ. కరము సాఁచి నవాంబు కలశ మీ విడివడ్డ
కుంకుమాంకపు ముద్దుఁ జంక మెఱపు
ననలు దేఁ బోఁ గాళ్లఁ బెనఁగు నంచ నదల్పఁ
జూచు జంకెన వాఁడి చూపు బెళుకు
పూ రెమ్మ వంచుచో జాఱు పయ్యంట దాఁ
గిలిమూఁత లాడు గుబ్బల బెడంగు
'పొలఁతి! కాయో పండొ పోయిన పని' యన్న
చిలుకమాటకు నవ్వు సొలపుఁ దేట

తే. మఱియు మఱియును జూడనే మనసు వాఱి
వారి కుసుమ ఫలంబులఁ దేరఁ బనుచుఁ
దొలుతటివి చాల వని యా వధూలలామ;
నే మనఁగ వచ్చు వివ్వచ్చు నేమ మింక! 141

తే. 'తెమ్ము బంగారుకుండ జలమ్ము' లనుచుఁ
'దెమ్ము లతకూన మంచి సుమమ్ము' లనుచుఁ
'దెమ్ము బా గైన కొమ్మ ఫలమ్ము' లనుచు
మించుఁబోణిని నేరుపు మించఁ బలుకు. 142

క. 'తుమ్మెద వలె నున్నది; యిటు
ర'మ్మని నెఱి కొప్పు నిమిరి, 'బ్రమసితిఁ దరుణీ!
కమ్మ విరి నల్లకలు' వని
క్రమ్మఱ మఱుపెట్టు గుట్టు కనరాకుండన్. 143

క. సిద్ధంపు మేలి సొమ్ములు
దిద్దిన కస్తూరిబొట్టు, దినచల్వలు నై

ప్రౌద్ధిక సింగారముతో
ముద్దియ చనుదేర మిగుల మోహాతురుఁడై. 144

చ. బలిమిని బట్టఁగా దివురు; బట్టిన నొప్పక యిట్ట టన్నచోఁ
బలువు రెతింగిరేని నగుఁ బా టని కొంకు, దలం పెఱుంగకే
కలయఁగఁ జూచుటల్ తగవు గా దని యుండు నతండు, కాంత నె
చ్చెలుల నొకింత పాసి తనచెంత మెలంగుచు నున్న వేళలన్. 145

చ. అట జగదేక సుందరికినై యతివేషముఁ బూని వచ్చినాఁ
డఁట! తన చేయు భాగ్యమున నప్పూవుఁబోఁణియె చెంత సేవ సే
యుట కని వచ్చియుండు నఁట! యొక్కొకపట్టున నొంటిపాటు నౌ
నఁట! యతఁ డెప్పు డెప్పు డను టబ్బురమే మదిఁ దత్తఱించుచున్? 146

ఉ. సుందరి రానిచో నెదురుసూచుచు నుండనె పట్టె; వచ్చుచో
నిందునిభాస్య చక్కఁదనమే కని చొక్కుచు నుండఁ బట్టె; నీ
సందడిచేతనే యరుగసాగెను బ్రొ; ద్దిఁక వేళ యెప్పుఁడో
సందె, జపంబు, నర్చనలు సల్పుట కా కపటత్రిదండికిన్? 147

తే. వెలఁది కెమ్మోవిఁ గని జపావృత్తి మఱచెఁ;
దరుణి లేఁగౌనుఁ గని హరిస్మరణ మఱచెఁ;
గడమ యన నేల? వేస మొక్కటియ తక్క
మఱచె నన్నియు నా కృత్రిమత్రిదండి. 148

మ. ఒడ లుప్పొంగు నొయారిఁ జూడ; జవరా లొద్దన్ మెలంగన్ గగు
ర్పొడుచున్; ముద్దులగుమ్మ గంధ కుసుమంబుల్ చేతి కందిచ్చు న
ప్పుడు వ్యాపారములన్నియున్ మఱచు; నప్పూఁబోఁణి రాకుండినన్
గడెసే పొక్క మహాయుగంబు కరణి గన్పట్టు రాచూలికిన్. 149

క. ఆనంద బాష్పములచే
నాని, వధూ హావ భావ నటనలఁ దనలోఁ
దాన తలపోయు వానికి
స్నానం బేమిటికి? వేఱె జప మేమిటికిన్? 150

క. ఈ రీతి నుండ నొకనాఁ
డా రాజకుమారి యతని కాహార మిడన్
జేరి త దారామంబునఁ
గూరిమి నెచ్చెలులు వెంటఁ గొని తేరంగన్. 151

క. వెస లలనామణి బంగరు
వెసలల దొంతరలు డించి, వినయము మది కిం
పొసఁగఁగఁ గంకణ రవములు
పొసఁగఁగ నారసి రసాన్నములు వడ్డింపన్. 152

చ. చిలుకలకొల్కి వే యెడమచే ముడి గొల్పెడు జాఱుకొప్పు, నిం
పులు తులకింపుచుండు భుజమూలరుచుల్, జిలుఁగుం బయంటలోఁ
గులుకు మిటారి గబ్బి చను గుబ్బలు సూచుటె కాని క్రీడి క
ర్మిలి మతిలేదు భోజనముమీఁది యపేక్ష యొకించు కేనియున్. 153

తే. రమణి యొయ్యారములపైఁ బరాకు చేతఁ
జవి యెఱుంగఁడు; వడ్డించునవి యెఱుఁగఁడు;
భోజనము చేసి లేచె నా రాజసుతుఁడు;
తృప్తి యేరీతి నుండెనో తెలియరాదు. 154

క. అపు డతి రయమునఁ బన్నీ
రపరంజి పసిండి గిండియందుం గొని తాఁ
జపలాక్షి తెచ్చి యిచ్చినఁ
గపటపు సన్యాసి ధౌత కరపంకజుఁడై. 155

క. నిగనిగని చంద్రకాంతపు
జగిలె పయిన్ గూరుచుండ, జవ్వని వెనుకన్
బగడపుఁ గంబపుఁ జాటున
మొగ మించుక కానిపింప మురియుచునుండెన్. 156

శా. కుంగుల్ తీర్చిన పైఠిణీ ఱవిక చన్కట్టంటి గాణింపఁగాఁ,
జెంగల్వల్ నెఱి కొప్పునందు నొఱపై చెంతన్ గుబాళింపఁగా

బంగారందియ ముక్కునన్ గమిచి పైపై నంచ యెల్గింపఁగా
సింగారం బగు ముద్దుఁజిల్క తనకుం జేదోడు వాదోడుగాన్. 157

తే. ఏకతంబున వసియించి, యిట్టు లుండ
మదన మదనాగ వలమాన మాన సాంబు
రుహుఁడు పురుహూతసుతుఁడు నేరుపునఁ బలికె
నా చకోరాక్షిఁ గ్రేఁగంటఁ జూచి [1]నగుచు. 158

సన్న్యాసి సుభద్రకు శకునశాస్త్రము చెప్పుట

తే. 'చెలువ! నిను రాజకీరంబు చెట్టవట్టెఁ;
గలికి! నిను రాజహంసంబు కాలు ద్రొక్కెఁ;
మంచి శకునంబు లివిగొ; నా మాట వినుము
కన్నె! యీ లోనఁ బెండ్లి కాఁగలదు నీకు.' 159

క. అనవుడు లజ్జావన తా
నన తామరస యయి 'వీర నంగ మహాత్ముల్;
తన చేసిన సేవకుఁ గా
మన మలరి వచించి' రనుచు మది నుత్సుకయై. 160

సుభద్ర యర్జునుని వృత్తాంతమును యతి నడుగుట

తే. కురులు కెంపుల బొగడల నెరయ దువ్వి
నిక్కుఁ జనుగుబ్బలఁ బయంటఁ జక్కఁ జేర్చి
పలికెఁ గలకంఠి మోమునఁ దెలివి తొలుక
ముత్తియపు ముంగర యొకింత మోవిఁ గదియ. 161

మ. 'అవుఁగా మీ రిటమున్ను గన్గొనని చాయల్ లేవుగా; నాఁటనుం
డి విశేషంబులు గొన్ని మిమ్ము నడుగ న్వేడ్కయ్యెడున్ నాకు; నె
య్యవి కన్గొంటిరి పుణ్యభూము? లట రాజ్యంబుల్ మనోజ్ఞంబు లె
య్యవి? యే యే పురముల్ గనంబడియె మీ కందంద మార్గంబునన్? 162

---

1. యపుడు

క. మీ రింద్రప్రస్థముఁ గని
నారా? పాండవులఁ జూచినారా? సుఖులై
వారందఱు నొకచో ను
న్నారా? వీరాగ్రగణ్యు నరు నెఱుఁగుదురా? 163

సీ. ఎగు బుజంబులవాఁడు, మృగరాజ మధ్యంబు,
పుడికి పుచ్చుకొను నెన్నడుమువాఁడు,
నెఱి వెండ్రుకలవాఁడు, నీలంపు నికరంపు
మెఱుఁగుఁ జామనచాయ మేనివాఁడు,
గొప్ప కన్నులవాఁడు, కోదండ గుణ కిణాం
కములైన ముంజేతు లమరువాఁడు,
బవిరి గడ్డమువాఁడు, పన్నిదం బిడి డాఁగ
వచ్చు నందపు వెన్నుమచ్చవాఁడు,

తే. గరగరనివాఁడు, నవ్వు మొగంబువాఁడు
చూడఁ గలవాఁడు, మేలైన సొబగువాఁడు,
వావి మేనత్తకొడుకు కావలయు నాకు
నర్జునుండు పరాక్ర మోపార్జునుండు. 164

క. తడ వాయె భూ ప్రదక్షిణ
మడరింపఁగఁ బోయి యా మహామహుఁడు; పదం
పడి పుణ్యస్థలముల నె
న్నఁడు మీ రందందు నరుగ నరుఁ గానరుగా?' 165

క. అన విని, 'సమస్త భూములు
కనినారము తీర్థయాత్ర గావించు నెడన్;
గనుఁగొనినారము సంక్రం
దన నందను' ననిన ముద మెదం జెన్నొందన్. 166

ఉ. 'ఎచ్చటఁ గంటిరో విజయు నిక్కున? నిక్కువ మౌనె? రాఁడుగా
యిచ్చటి!' కంచుఁ గోరికల యారిక లీరిక లెత్తఁ బల్కఁగా

నొచ్చెము లేని బీర మెద నూరఁగ, నూఱఁగ సాగె వెంటనే
పచ్చని వింటివాఁ డపుడు పైఁదలిపైఁ దలిరాకుఁ గైదువుల్. 167

ఉ. కోమలి యీగతిన్ మదిఁ దగుల్పడఁ బల్కిన నవ్వి, 'నిర్జర
గ్రామణి సూను మీ రెచట గంటిరొ యంటివి; కన్న మాత్రమే
యే మని చెప్పవచ్చు! నొక యించుక భేదము లేక యాయనే
మే మయి యున్నవారము సుమీ వికచాంబుజ పత్త్రలోచనా! 168

ఆ. తీర్థములను గ్రుంకి దేవతా సేవలు
చేసికొనుచుఁ బెక్కు వాసరములు
గూడి యతఁడు మేము గోకర్ణమునయందు
నుంటి' మనిన మచ్చెకంటి యలరి. 169

క. 'ఎక్కడ గోకర్ణం బన?
నిక్కడి కది యెంతదూర? మింతకు నతఁ డీ
చక్కటికి వచ్చునో లే
కక్కడనే యుండి యవలి కరుగునొ? చెపుఁడా' 170

క. అని రాజవదన మాటికి
ననురాగము తేటపడఁగ నాడెడు మాటల్
విని జేజేరా కొమరుఁడు
వనజేక్షణ కనియె వలపు వడ్డికిఁ బాఱన్. 171

క. 'వేమాఱు గ్రుచ్చి గ్రు చ్చిపు
డే మీ యడిగెదవు? మన సొకించుక నీ కా
భూమీశుమీఁదఁ గలదో?
తామరసదళాక్షి! నాకు దాఁపక చెపుమా! 172

సన్న్యాసి తానే యర్జునుఁడని బయటపడుట

ఉ. అక్కఱతోడ మంతనమునం దిటు వేఁడెదు గాన నంతయున్
నిక్కము గాఁగఁ దెల్పఁ దగు నీ; కటులైన, సురేంద్రసూతి యీ

దిక్కున నున్నవాఁ డనుచుఁ దెల్పినతోడనె మాట లాడకే
యెక్కడఁ బోదువో! యని యొకించుక సంశయ మయ్యెడుం జెలీ! 173

క. ఆ కవ్వడి యతివేషముఁ
జేకొని యున్నాఁడు నీకుఁ జెంతనె; యెన్నా
ళ్లో కలదు వచ్చి; యింకను
నీ కీలక మించు కైన నీ వెఱుఁగవుగా? 174

క. నీకై తపంబుఁ జేసెద
నీ కైవడి; దాఁప నేల? యే నర్జునుఁడన్;
లోకోత్తర శుభ లగ్నం
బో కోమలి! నేఁడు కోర్కు లొడఁగూర్పఁ గదే!' 175

ఉ. నా విని యా వినీలకచ నవ్వు మొగం బటు కొంత వంచి యెం
తే వెఱ నివ్వెఱన్ మునిఁగి 'యాతనిఁ బార్థునిగా నొకింత ము
న్నావమునం దలంచియును నమ్మక యమ్మకచెల్ల! యూరకే
సేవ లొనర్చుచుంటి'నని సిగ్గున దిగ్గున లేచి పోవఁగన్. 176

అర్జునుఁడు గాంధర్వవివాహ మాడుమని సుభద్ర నర్థించుట

తే. 'ఏల వోయెదు, నిలు నిలు, బాల!' యనుచుఁ
జిఱునగవు నెమ్మొగంబునఁ జెంగలింపఁ,
దమకమున లేచి, మరు లేచి, తత్కరాంబు
జం బొడిసి పట్టెఁ జే సాఁచి సవ్యసాచి. 177

క. పట్టిన మాత్రన దేవకి
పట్టి కరాబ్జము లలాట పట్టిక చెమటల్
పట్టె, గగుర్పొడిచెం జను
క ట్టొక యిసుమంత వీడెఁ గట్టుం గొంగున్. 178

క. మరుఁ దపుడు బేసితూపులు
ధరియించియు, నేమి చెప్పఁ, దరుణిన్ నరునిన్

సరి కోలలఁ బడ నేసెన్
గొరువంక రొదల్ చెలంగఁ గ్రొన్ననవింటన్. 179

క. ఆ రీతిన్ జేపట్టి వ
రారోహన్ వేది మీఁదికై రాఁ దిగువన్
దూరము వెస నరుగక యొ
య్యారముగా నమ్రవదన యై యుండంగన్. 180

క. 'ఏ మును చూచి యెఱుఁగ నిను;
నీ మును ననుఁ జూచి యెఱుఁగ వీ వటు లయ్యున్
బ్రేమలు వినుకలినే పై
పై మన కిర్వురకుఁ బర్వెఁ బర్వేందుముఖీ! 181

ఉ. శారిక హోరి కంకణము సద్దున కంటుట గాదు కేలు, మం
జీర ఝుళంఝుళ ధ్వనికిఁ జేరుట గాదు పదంబు లంచ, వా
గ్ధోరణి మాధురీ మహిమకున్ శుక మానుట గాదు చెక్కు; లో
సారసనేత్ర! నాకొఱకు సారెకు వేఁడెడు జాడ లిన్నియున్. 182

క. చిలుకలకొలి కిది నాతోఁ
బలుకంగాఁ గొంత సిగ్గు పడియెదు; ముంజే
చిలుకా! నీతో నైనను
బలుకంగా రాదె? పలుకు బంగా రటవే? 183

మ. రతికిన్ భారతికిన్ వినోదకథలన్ బ్రాగల్భ్యముం జూపి, త
త్పతులన్ గూరిచి మాట వాసిఁ గను గద్దెల్ గారె మీవార? లా
చతురత్వం బిటఁ గొంత కానఁబడ నీ చంద్రాననన్ గూర్చి నన్
బ్రతికింపంగదె ముద్దుఁగీరమ! సుధా బంధూభవ ద్గీరమా! 184

ఉ. చంపకగంధి మోవి సరసంబగు బింబ మటంచు వట్టి తే
లింపు టెలుంగుతోఁ దమి దలిర్పఁగఁ బల్కినఁ, జెక్కు గీఁటి న
న్నింపున ముద్దు వెట్టుకొని యెన్నఁడు మన్ననసేయ నున్నదో?
పెంపుడుఁజిల్క! నిన్నుఁ దనిపింతుఁ జుమీ! చెలి నన్ను నేలినన్. 185

క. అని కేళి శుకముఁ బలికిన
మన మలరం గలికి పలికె మాటల తియ్యం
దన మింతం తనఁ గూడని
తన యధర సుధా సమగ్రతం దెలుపంగన్. 186

సరసోక్తులతో సుభద్ర తప్పించుకొని పోవుట

తే. 'మేరలా యివి మీ యంత వారలకును?
బెద్ద లున్నా; రెఱిఁగి వారె పెండ్లి సేయఁ
గలరు; వేగిరపా టింత వల దటంచు
విన్నపము సేయరాదె? యో చిన్ని చిలుక!' 187

తే. అని యుచిత రీతి వెలయఁగ నాడు నాతి
రసిక ముద్రకు మిగుల మానసము గరఁగఁ
బైపయిం బ్రేమ యగ్గలం బై పెరుంగ
న వ్వధూటి నొడంబడ ననుఁ గిరీటి. 188

క. 'మీ వా రెఱుఁగుట యెన్నఁడు?
కావించుట యెన్నఁడింకఁ గల్యాణంబున్?
నీ వేల జంపు నడపెదు?
రావే! మా ఊడ కిందు రాకేందు ముఖీ! 189

సీ. నన్ను గాంధర్వంబునను బెండ్లి యాడవే,
సి గ్గేల పడియెదే? చిగురుఁబోణి!
రతిఁ దేల్చి మదన సామ్రాజ్య మేలింపవే!
తల యేల వంచెదే? జలజగంధి!
చెలులు వచ్చెదరు నా తలఁపు లీడేర్పవే,
తడ వేల చేసెదే? ధవళనయన!
మది నిచ్చగించి నా మనవి యాలింపవే,
కడ కేల పోయెదే? కంబుకంఠి!

తే. మనసు దాఁపంగ నేటికే? యనుపమాంగి!
చలము సాధింప నేటికే? చంద్రవదన!
మాఱు మాటాడ వేటికే? మధురవాణి!
చింత సేయంగ నేటికే? దంతిగమన! 190

క. గబ్బి మరుఁడానవెట్టుక
గొబ్బునఁ బైఁ బడును; నీవు గూడని వార్తల్
సుబ్బినఁ గార్యం బెక్కడఁ
దబ్బిబ్బో కా కపూర్వ తనుబిబ్బోకా! 191

క. మీఁదన్ వియోగ సాగర
మీఁదన్ గలవా? లతాంగి! యే మెఱుఁగ, వయో!
యీఁదా డన్నను మదనుఁడు
కోఁదా డనువాఁడు, బిగువు కొనసాగు నాకో? 192

క. ఏలే యాలేఖ్యాకృతి?
యేలే ప్రాలేయకర ముఖీ! చూడ వయో!
యేలే శైలేయస్తని?
యేలే బాలేందు నిటల! యే లాఁతి నఁటే? 193

సీ. ఆ హారమిం పౌ కుచాగ్ర మానక యున్న
నాహార మింపుగా దబ్జవదన!
చెఱకుఁ బా లొదవు వాతెఱ యీనిచోఁ గంతు
చెఱకుఁ బా లౌదునే చిగురుఁబోణి!
కళలు దేఱెడు నెమ్మొగంబు ముద్దిడ కున్నఁ
గళలు దేఱవు సుమీ కంబుకంఠి!
వలఁతేని దురమున నలరింప కున్న న
వ్వల రే నిదుర రాదు కలువకంటి!

తే. నేఁడు కాదు గదే ప్రేమ నీకు నాకు!
నాటి యున్నది మదిఁ జిన్ననాఁటి నుండి;

యిటుల నేకాంత సమయ మెన్నఁటికి దొరకు?
నేల తప్పించుకొనియెదవే లతాంగి?' 194

మ. అని బాహా పరిరంభ సంభ్రమ రసాయత్తైక చిత్తంబునన్
దను నీక్షింప నెఱింగి, యందియల మ్రోఁతన్ గేకినుల్ రా 'సఖీ
జను లేతెంచి' రటంచు వే మొఱఁగి హస్తంబున్ విడంజేసి నే
ర్పునఁ దప్పించుక పోవ భూవరుఁ డనున్ బూఁబోఁణికిన్ గ్రమ్మఱన్. 195

క. 'కలహంస కేకి శుకములు
పిలపిల నేతేర నీవు పెంచిన వనిగా
తలఁచెదవు? మరుఁడు పైఁ గా
వలిఁ బెట్టిన దెఱిఁగి తిరుగు వనజాతముఖీ! 196

క. వెలిదమ్మి కలువ కొలఁకుల
యెల దెమ్మెర లొలయ వాని నెగఁ బోయుచు నో
చెలి! జుమ్మని విరహులకున్
దల దిమ్ము ఘటించుఁ దుమ్మెదల ది మ్మిచటన్. 197

సీ. కలకంఠి! నీ కటాక్షము గల్గ నిన్నాళ్లు
మరు శిలీముఖముల సరకు సేయఁ
గనకాంగి! నీసమ్ముఖము గల్గ నిన్నాళ్లు
చందమామ నొకింత సడ్డసేయ;
రమణి! నీ ప్రియ వచనము గల్గ నిన్నాళ్లు
కలికి రాచిలుక లక్ష్యంబు సేయఁ;
గొమ! నీ కరావలంబము గల్గ నిన్నాళ్లు
లే మావి చిగురాకు లెక్క సేయఁ;

తే. జూడక మొగంబు ద్రిప్పి మాటాడ కిపుడు
చేఁ దిగిచి పట్టుక పరాకు చేసినపుడె;
యేమి పుట్టునొ కైలాట మింక మీఁద?
మగువ! దయ లేక విడనాడఁ దగునె నీకు? 198

క. మొక మెఱుక కలదు గదవే?
మకరాంకుని యనుఁగు మేనమామకు నీకున్;
'దికమకలు చేయ వల' దను
మకటా? పయి మేడ కేఁగునపు డైనఁ జెలీ!' 199

వ. అని యనేక ప్రకారంబులం దన మనోఽనురాగంబుతేటపడం బలికినఁ జెలుల నఱయు నెపంబునం బరాకు చేసికొని చిఱుచెమ్మట క్రమ్ము నెమ్మొగమ్ము మకరంద బిందు కందళి తారవిందంబు చందంబునం దనర; నరవీఁడు కుచ్చిళ్ల నెత్తి చెక్కుచు, నొక్కింత జాఱు పయ్యంటఁ జక్కం జేర్చుచు, నొకింత వదలు వేనలి నలవరింపుచుఁ, గొండొక చెదరు పాపటఁ గుదురుకొల్పుచు, జక్కెరవిల్తుం డెక్కడ వెన్నాడునో యను భయంబునం బోలె నించు కించుక తిరిగి చూచుచు, ననుగత కేకి హంసంబులపై వెగటునం బోలెఁ జలించుచు, 'నీ యొళవు సకియలకుం జెప్పకు' మని రాచిల్కకుఁ బ్రియంబులు సెప్పుచు, మగతేఁటి యంటి యంటని ప్రసూన కళిక పోలిక, నరవిరి బాగుతోఁ బోలి కప్పురంపు టనంటుల నంటు ద్రాక్షపందిరుల తెరువులఁ బూఁదేనె కాలువలు దాఁటి, చెంగలువ బావుల డగ్గఱి, కుంకుమ నీటి కేళాకూళి యోరవట్టి వట్టివేళ్ల చప్పరంబుల నీడ వ్రీడాభరం బీడిచికొని పోవ నివ్విధంబున. 200

క. ఆ ఘనునిఁ బాసి మంజీ
రా ఘోషము మెఱయ నరిగె నంతఃపురికిన్
వే ఘనజఘన తళుక్కన
మేఘము నెడఁబాసి పోవు మెఱపో! యనఁగన్. 201

క. ఎటువంటి నేర్పరి నిశా
విటు నల్లుఁడు? నడుమ నిల్చి వెడ సింగిణిచే
నటు చూ పిటు, నిటు చూ పటుఁ
బటు రయమున నేసె నా సుభద్రార్జునులన్. 202

తే. కోప మగు వారి బెదరించి కూర్ప నేర్చుఁ;
గూడ మనువారిఁ దమిఁ గొల్పి కూర్ప నేర్చుఁ;

గొమ్మలకు మగలకుఁ బెండ్లిఁ గూర్ప నేర్పు;
జగతి నెంతటి యుపకారి శంబరారి! 203

ఆశ్వాసాంతము

శా. దాక్షిణ్యాకర మూర్తి! షోడశ మహా దానాది పుణ్య క్రియా
దక్షా! యాశ్రిత దీన రక్షణ కళా ధౌరంధరీ సత్కృపా
వీక్షా! శాశ్వతకీర్తి వైభవ రమాభృ చ్ఛ్రీళ సింహాసనా
ధ్యక్షా! దుర్దమ రాట్కిరీట దళనై కాక్షేయ కౌక్షేయకా! 204

క. కల హేరంభణ కౌతూ
హల పులకిత భుజ పరాక్ర మార్జిత నానా
జలదుర్గ వనీదుర్గ
స్థలదు ర్గాహార్యదుర్గ సామ్రాజ్య నిధీ! 205

స్రగ్విణి.
దుగ్ధవారాశి విద్యోతికీర్తీ! సుధా
భు గ్ధురీణా మనా గ్భోగవర్తీ! దయా
దృ గ్ధుతాశేష ధాత్రీ మరు న్నిస్స్వతా!
స్నిగ్ధ సారస్వత స్సిద్ధ సారస్వతా! 206

ఇది శ్రీ సూర్యనారాయణ వరప్రసాద లబ్ధ ప్రసిద్ధ సారస్వత సుధాసార జనిత
యశోలతాంకూర చేమకూర లక్ష్మణామాత్య తనయ వినయ ధురీణ
సకల కళాప్రవీణాచ్యుతేంద్ర రఘునాథ భూపాల
కవిరాజ ప్రణీతంబయిన విజయవిలాసంబను
మహా ప్రబంధంబునందు
ద్వితీయాశ్వాసము.

శ్రీ

విజయ విలాసము

తృతీయాశ్వాసము

(అర్జునుని మదన తాపము – సుభద్ర విరహాతిశయము – వదినెలు సుభద్రతో మేలములాడుట – చెలులు సుభద్రకు శిశిరోపచారములు గావించుట – మన్మథోపాలంభము – మలయానిలోపాలంభము – చంద్రోపాలంభము – కోకిలాద్యుపాలంభము – అంతర్ద్వీపమున శివుని జాతర – ద్వారకలో శ్రీకృష్ణుని యాధ్వర్యమున సుభద్రార్జునుల వివాహము – ఇంద్రుడు కొడుకు పెండ్లి చూడ స్వర్గమునుండి వచ్చుట – సుభద్రార్జునుల వివాహ వైభవము – వియ్యాలవారి మర్యాదలు, సయ్యాటలు – సుభద్రార్జునుల యింద్రప్రస్థపురీ ప్రయాణము – యాదవసేన సుభద్రార్జునుల నడ్డగించుట – సుభద్రా సారథ్యము – అర్జునుని యాహవవీరము – విజయుని విజయము – సుభద్రాపహరణ వృత్తాంతము దెలిసి బలరాముఁ డాగ్రహోదగ్రుఁ డగుట – శ్రీకృష్ణుఁడు బలరాముని శాంతపఱచుట – ధర్మరాజు బలరామాదుల సగౌరవముగ నెదుర్కొనుట – పడుకటింటి చక్కందనము – నెచ్చెలులు సుభద్రకు హితము బోధించుట – సుభద్రార్జునుల శృంగార విలాస కృత్యములు – కుమారాభ్యుదయము – ఫలశ్రుతి – ఆశ్వాసాంతము)

కం. శ్రీ జానకీ మనోహర
పూ జాంచిత హృత్పయోజ! పో ష్యాఖిల ది
గ్రాజ! సకలార్థి జన ని
ర్వ్యాజ కృపా! యచ్యుతేంద్ర రఘునాథనృపా! 1

తే. అవధరింపు కథాకర్ణ నాతివేల
హర్షులైనట్టి దివ్య మహర్షులకును
దత సమస్త పురాణ కథా శతాంగ
సూతుఁడై విలసిల్లెడు సూతుఁ డనియె. 2

అర్జునుని మదన తాపము

క. ఆ రీతి నంతిపురమున
నారీతిలకము సఖీజనంబులు గొలువన్
జేరిన పిమ్మట, మదిలోఁ
గూరిన పిమ్మట విరాళిఁ గొని నరుఁ డుండెన్. 3

తే. కృష్ణు ననుమతి రుక్మిణీ కీరవాణి
వచ్చి భోజన మిడఁ, దల వంచి, యగ్గ
లం బయిన చింత, వలసి యొల్లమి నతండు
సొగటులను బోయి కసిగాటులుగ భుజించె. 4

తే. మునుపు సైఁపదు సంతోషమున భుజింప;
వెనుక సైఁపదు చింత చేతను భుజింప;
బాల కడ నున్న యపు, డెడఁబాసి నపుడు
నొక్క తీ రయ్యె భరత వంశోత్తమునకు. 5

ఉ. ఎక్కడఁ జప్పు డైనఁ 'దరలేక్షణ వచ్చె' నటంచు లేచు; నే
దిక్కున నల్కు డైన 'సుదతీమణి మా'టని యాలకించు; నే
చక్కిఁ దళుక్కుమన్న 'నెలజవ్వని మై సిరి' యంచుఁ జూచు; న
మ్మక్క! కిరీటి మోహ సముదగ్రత నే మనవచ్చు నయ్యెడన్? 6

ఉ. చక్కెర కెంపు మోవిఁ గని సారెకుఁ జిల్క మొగంబు వేఁడఁగాఁ,
జొక్కపుఁ జిల్వ కప్పుజడఁ జూచి మయూరము లబ్బు సాఁపఁగాఁ
జక్కని తమ్మిపూ వదుగుయాడలఁ గన్గొని రాజహంసముల్
ద్రొక్కుడుపాటు చెందఁగ వధూమణి వచ్చుట లెంచు నెమ్మదిన్. 7

తే. మారు తమ్ముల వాఁడికి, మలయకూట
మారుతమ్ముల వేఁడికి, మట్టుమీఱు
చంద్ర కిరణమ్ములకు, శుక శారికాళి
చంద్రకి రణమ్ములకుఁ జాల జలదరించు. 8

చ. 'విరహిణులన్ గలంపఁ గల వీరులు వీరని తమ్ముఁ జేర న
య్యురుకుచ వాలుఁ జూపులకు నోడుట నంకము కాఁగ మీనమున్
హరిణము నట్లనే తమ శరాంశులు నోడెనొ కాక బాలికన్
గరఁపఁగ రాదె? యేల ననుఁ గ్రాఁచెద రీ మక రైణ లాంఛనుల్? 9

క. ఇన్నాళ్లు సేవ సేయుచు
నున్నదియుం బోయె నేఁ, డయో! కౌఁగిలి యి
మ్మన్నంతఁ 'జదువఁ బెట్టఁగ
నున్న మతియుఁ బోయె' నను టహో! నిజమయ్యెన్. 10

తే. అంతిపురమున కరుగుచో నింతి తిరిగి
యోరగాఁ జూచునపుడు, శృంగార రస మ
పారముగ నుబ్బ జాలెత్తె నౌర! దాని
చల మనోహర లోచ నాంచలము చెలమ. 11

సీ. 'అర్జునుండను నేనె' యని తెల్పినంతనే
మిట్టి మీనై పడె మెలఁత చూపు;
'గాంధర్వమునఁ బెండ్లి క' మ్మనునంతనే
పచ్చకప్పుర మయ్యె భామ పల్కు;
బలిమిమైఁ బట్టంగఁ దలకొనునంతనే
యొక బండికల్లయ్యె నువిద పిఱుఁదు;
సొలపుఁ బయ్యెదఁ దేఱి చూచు చున్నంతనే
పచ్చపూసాయెఁ బో పడఁతి యారు;

తే. పేరు వివరించి నే నేల బేల నైతి?
గోర్కి యెఱిఁగించి నే నేల గోల నైతి?

[1]బలిమిఁ బైఁ బడి నే నేల బయటఁబడితి?
బత్తి గనిపించి నే నేల పలుచనైతి? 12

సీ. తెలవ కస్తురి చుక్కఁ దీర్చి వచ్చిన టెక్కు
గీఱునామము నాఁటి తీరుఁ గేరుఁ;
దన్వంగి వలిపంబుఁ దాల్చి వచ్చిన ఠీవి
వన్నెఁ గట్టిననాఁటి చెన్నుఁ దన్నుఁ;
వాల్గంటి కీల్గంటు వైచి వచ్చిన చెల్వు
జడ యల్లుకొనునాఁటి సౌరు జౌరు;
నొయ్యారి మెఱుఁగు సొమ్మూని వచ్చిన నీటు
మణిభూష లిడునాఁటి మట్టుఁ దిట్టు;

తే. నాతి రాయంచ గుమిఁ గూడి నడుచు మురువు
చెలులు గొల్వంగఁ జనునాఁటి సొలపు నలఁపుఁ;
జక్కఁదనముల ప్రోవైన చంద్రముఖికి
నిచ్చలపు రూపు లెస్సైన నింపు నింపు. 13

ఉ. మిక్కిలి తేఱిచూడ మిఱుమిట్టులు గొల్పుఁ, జరించునప్పుడ
మ్మక్క! తళుక్కునన్ మెఱసిన ట్లగు; నే మనవచ్చు? 'నద్దిరా!
చొక్కపుఁ బైఁడిబొమ్మ' యనుచున్ జనులాడిన నాడి రింతె కా
కెక్కడి కేడ పో యలమృగేక్షణ మేనికి నక్కడానికిన్? 14

ఉ. చిత్తజుఁ డల్గి తూపు మొనచేసినఁ జేయఁగ నిమ్ము; పై ధ్వజం
బెత్తిన నెత్తనిమ్ము; వచియించెదఁ గల్గినమాట గట్టిగా;
నత్తరళాయతేక్షణ కటాక్ష విలాస రస ప్రవాహముల్
కుత్తుకబంటి తామరలకున్; దలమున్కలు గండుమీలకున్. 15

క. అని తాల్మిఁ బాయు; 'సేవకు
నని యెప్పటి వలెనె తిరిగి యరుదేర దొకో!'

1. తత్తరము చూపి నే నేల మెత్త వడితి.

యని యాస సేయు; 'వచ్చిన
నన్నృతోదరి నింక విడువ'నని తలపోయున్. 16

సీ. విరహాగ్ని కోర్వక విధి దూఱుకొనెడు తాఁ
దపసివేసం బేల దాల్చినాఁడు?
కడలేని సెకలఁ గందెడు ఘనోదయవేళఁ
దెలిసియుఁ దా నేల వలచినాఁడు?
శుక శారి కార్భటులకుఁ దల్లడిలెడు తా
నుపవనంబున నేల యుండినాఁడు?
కర గతస్వము పోవు కరణిఁ జింతిలెడు తా
వెలఁది నేటికిఁ బట్టి విడిచినాఁడు?

తే. నేరములె యెంచెద మటన్న నేరికై నఁ
గలవు పరికించి చూడ; నందులకు నేమి?
యంగ సాంగత్య పారవశ్యమునఁ గాక
యెటిఁగి యుండిన నతఁడు చే యేల విడుచు? 17

తే. ఉనికి శృంగారవన మఁట! యొంటిఁ దగిలె
నఁట! విరహి యఁట! యెంత సేయఁడు కిరీటి
నసమశరుఁ? డింకఁ దన వైరి యగు లలాట
లోచనుని గెల్చు నని దయఁ గాచెఁ గాక! 18

సుభద్ర విరహాతిశయము

క. ఇటు లాతఁ డుండఁగా, న
క్కుటిలాలక యంత నచటఁ గుసుమశరార్తిన్
బెటిలిపడి పాన్పుపై న
ట్టిటు వడి తనలోనఁ దానె యేకాంతమునన్. 19

ఉ. 'ఏఁ గోరిన చెలువుఁడె నను
దాఁ గావలె నంచు వచ్చి దగ్గటి వేఁడన్

గౌఁగిలి యీకిటు వచ్చితి
నౌఁగా దని పెనఁగి తెంత యవివేక మయో! 20

ఉ. దిగ్గున లేచి న న్నతఁ డతి ప్రమదంబునఁ జందమామ ఊ
నిగ్గు టరంగు మీఁదికయి నెమ్మిఁ గరాబ్జము వట్టి యీడ్చి న
న్బిగ్గఁ గవుంగిలించి సుఖనీరధిఁ దేలఁగనీక, నా కయో
సి గ్గను పేర వెంటఁబడఁ జెల్లునొకో ప్రతిబంధ మయ్యెడన్. 21

క. తొల్లిటివలె సేవకుఁ బోఁ
జెల్లునె? మా వారు పెండ్లి చేసెద, రిదిగో!
నెల్లిఁ దమ కంచుఁ బలికితి;
నెల్లి ద మగుఁ గాదె తిరిగి యేఁ బై కొన్నన్! 22

సీ. ననుఁ దా వలచి పడ్డ నలఁకువల్ దీఱంగఁ
గై సేయ నెన్నఁడు కలుగు నొక్కొ?
పెనఁగి చే విడిపించుకొనిన నేరమి పోవఁ
గెలన నెన్నఁడు నిల్వఁ గలుగు నొక్కొ?
ప్రియ మెఱుంగక యడ్డపెట్టిన దుడుకు వోఁ
గల్యాణ మెన్నఁడు గలుగు నొక్కొ?
మోహ తాపము దీఱ మోవి చక్కెర పాన
కమున నెన్నఁడు దేల్పఁ గలుగు నొక్కొ?

తే. యొంటి శృంగార వనములో నునిచి వచ్చి
నట్టి నెంజిలి యెల్లఁ బో నా నృపాల
తిలకుఁ [1]జేర్పంగ నెన్నఁడు గలుగు నొక్కొ
యాము కవిసిన కుచకుంభ సీమయందు?' 23

క. అని యెంచరాని కోర్కులు
మనమునఁ దలపోసి భావ మగ్నత చేతన్

---

1. నెన్నఁడు చూడంగ.

గను మూయుఁ; గలసినటు కల
గని సంతస మందుఁ; దెలిసి కళవళ మందున్. 24

సీ. ఉదయాద్రి యెరగలి నొరసి మీఁద వెలుంగు
జలజారి వేఁడి వెన్నెలలు గాయ,
హరుకంటి సెగ కోర్చి యాటి తేటిన మారుఁ
డలరుఁ జిచ్చుఱవాఁడి ములుకు లేయఁ
బాము కోఱలతోడ సాము చేసిన గాడ్పు
విసపు విత్తై సోఁకి వెగటు సూపఁ
గ్రౌంచాచలము పోటుగంటిఁ దూటిన రాజ
హంసముల్ వడి హళాహళులు సేయ;

తే. వేగు నంతకు వలవంత వేఁగు నంత,
నంతిపురమునఁ బ్రమద వనాంతరమునఁ
గృష్ణ! కృష్ణా! యటంచు నా కీరవాణి
రామ! రామా! యటంచు నా రాజసుతుఁడు. 25

క. చెలులు ప్రసంగ వశమ్మున
'నలరెన్ గడు విజయ భవన' మనినన్, నవలా
[1]తెలియ వినున్, గలయఁ గనున్
బలుమఱు బా 'గౌఁ గిరీటి పచ్చ' లటన్నన్. 26

క. మనమున నున్నది మొగమునఁ
గనిపించున్ గాన, గట్టిగా మదిలో న
ర్జున భావ మునికి నపు డ
ర్జున భావము మొగమునందు సుదతికి నిల్చెన్. 27

వదినెలు సుభద్రతో మేలము లాడుట

సీ. 'పులకించె మే, నేమి తలఁచుకొంటివె?' యంచు
మేలంబు పచరించె మిత్రవింద;

---

1. తెలియన్ నినుఁ; గలయన్ గనుఁ

'యిన్నాళ్ల వలె మన సిచ్చి మాటాడవే?
మెందు దృష్టి?' యని కాళింది తెగడె;
'జెలి! పెండ్లికత సెప్పఁ జెవి యొగ్గి విన వేమి?
కలదు లే' యని గేలి సలిపె భద్ర;
'వలపు వాసన మించెఁ గలికి! నీ మొగ' మంచుఁ
ద్రస్తరి నెఱపె సుదంత కొంత;

తే. జాంబవతి నవ్వె; లక్షణ సరస మాడె;
'నే లగడు చేసెదరె ముద్దరాలి?' ననుచుఁ
బలికె రుక్మిణి; సత్య కన్ గిలిపె నపుడు
చిన్ని మఱఁదలి మోహంపుఁ జిన్నె లెఱిఁగి. 28

క. 'అంగన! యిన్నాళ్లును ముని
చెంగటికిన్ బాటి పాటి సేవలు గావిం
పంగాఁ బోదువు; నేఁ డటు
తొంగియుఁ జూడ; వతఁ డేమి దోసము సేసెన్? 29

ఉ. అక్కఱ జూడ వేటి కల యచ్చిక బుచ్చిక సేయు నంచలన్?
జెక్కిలిగొట్టె దేమిటికిఁ జేరఁగ వచ్చిన ముద్దుఁజిల్కలన్
ముక్కు మొగంబుఁజూడ కటు ముట్టను బొమ్మనె దేల బోట్ల? నో
చక్కెరబొమ్మ! నీ వెగటు జాడలఁ జూచిన వింత లయ్యెడున్. 30

ఉ. ఎవ్వనిఁ జూచి మేలుపడితే యరవిందదళాక్షి? నీ మనం
బెవ్వఁడు సొచ్చెఁ, జెప్పఁగదవే మదకోకిలవాణి? నిన్న నేఁ
డెవ్వని చెల్వు నీ యెదుట నెన్నఁబడెన్ వినతాంగి? నేన కా
కెవ్వరు నీకుఁ బ్రాణపద? మేటికి దాఁచెదవే తలోదరీ? 31

ఉ. బాల సమీరణంబు పయిపాటున నించుక సోఁకినన్ గడుం
దూలుచు నుండుఁ గౌ; నల వినోదపు సుద్దుల ముద్దుఁజిల్క పై
వ్రాలినఁ గందుఁ గేలు; పువు వంటిది నీ నును మే నిదేగతిం
దాళు నయో వియోగశిఖి దా నెదలో దరికోఁ దలోదరీ! 32

క. అని వారికి వా రందఱు
మనమునఁ దోఁచినటు లాడు మచ్చిక మాటల్
విని సిగ్గున న య్యేల జ
వ్వని యూరక యున్న నపుడు వారలలోనన్. 33

ఉ. 'లెంకఁగ నేలుకోఁ గలదు లే మగనిం దరితీపు సేసి; మీ
నాంకుని పాద మాన, మన మాదట వేఁడిన మాఱు పల్కఁగాఁ
గొంకెడు నంచు మీ రిపుడు గోలని చూడకుఁడమ్మ! నేర్చుఁ బో
చంకల బిడ్డ లూడిపడ సారసలోచన మాటలాడఁగన్.' 34

తే. క్రాఁగి యున్నది మిగుల నంగంబు చూడఁ;
గలవరించుచు నున్నది; కలదొ యేమొ
సోఁకు; డల్ల సన్యాసికే చూపవలయు
భామ' నని పల్కె నా సత్యభామ నగుచు. 35

క. 'ఈ లీల నుండి మన మిటు
మేలము లాడంగ నేమి మిడిమేల మొ?' యం
చాలో సత్య సుభద్ర హి
తాళుల కిసుమంత యా రహస్యముఁ దెల్పెన్. 36

చెలులు సుభద్రకు శిశిరోపచారములు గావించుట

క. గుసగుసలఁ బోయి వలపుల
కిసమస లని తెలిసి రసిక కిసలయ పాణుల్
బిస [1]కిసల కుసుమ విసరము
వెస మసలక తెచ్చి శిశిర విధి లాలసలై. 37

శా. పన్నీటన్ జలకంబు లార్చి, చలువల్ పైఁ గట్టఁగా నిచ్చి, మే
న న్నిండారఁగఁ జందనం బలఁది, విన్నాణంబుగాఁ గప్పురం
పున్నామం బిడి, క్రొమ్ముడిన్ విరి సరంబుల్ నించి, [2]హారావళుల్
చన్నుం గ్రేవలఁ దార్చి రప్పుడు చెలుల్ చంద్రాస్యకున్ నేర్పునన్. 38

---

1. కిసలయ సుమరసములు, 2. తారావళుల్.

సీ. బోటి మధువ్రతంబులకు దండము పెట్టి
మకరంద మధర బింబమున జిల్కెఁ;
జెలి గంధవహున కంజలిఁ జేసి నెత్తావి
పువ్వు గుత్తు లురోజముల నమర్చె;
నాళి బిసాహార పాళికిఁ బ్రణమిల్లి
నవ మృణాళముల బాహువులఁ గూర్చెఁ;
సకి కెందలిరు [1]విందులకు వందన మొనర్చి
చిగురుటాకులు పాద యుగళిఁ జేర్చె;

తే. సరగ నిటు లందఱును 'మీ ప్రసాద' మనుచుఁ
బంచసాయక దేవతా బలము నెల్ల
వేఁడికొని తగినట్లు కావించి రపుడు
చంచలాక్షికి శిశి రోపచార విధులు. 39

తే. కలయఁ బన్నీరు చిలికి, శ్రీగంధ మలఁది,
విరులు పైఁ దార్చ, నపు డొప్పెఁ దరుణి, మేటి
మగని నరు గెల్వ వలరాచ మాసటీఁడు
పూజ సేసినయ గ్గజరాజ మనఁగ. 40

ఉ. అంగన గుబ్బ చన్మెఱుఁగు టందపు [2]మేలి పసిండి కుండలన్
బొంగఁ దొడంగె జొబ్బిలఁగఁ బూసిన గందము తాపవహ్ని 'సం
పంగి కటారి వీరునకుఁ బాలును బియ్యము లేని పొంగలో
పొంగలి' యంచు న య్యలరుఁబోఁణులు సారెకు గేలి సేయఁగన్. 41

పంచచామరము–

మెఱుంగుఁబోఁణి కిట్లు చల్వ మేర మీఱఁ జేసినన్
గుఱంగటన్ నిలంగ రాక కూర్మి వెచ్చ హెచ్చఁగాఁ
దుఱంగలించు చింతతోడ దూతి పల్కిరంత వే
మఱున్ మరున్ మరు న్మృగాంక మత్తకోకి లాదులన్. 42

---

1. దిండులకు, 2. కాఁకపసిండి.

మన్మథోపాలంభనము

క. 'విరి వింటివాఁడవు గదా
శరణాగతు లైన పాంథజనులను రక్షిం
తురు గా, కిటుల నుపేక్షిం
తురె; పైకము కూడఁబెట్టఁ దొడఁగుచు మదనా! 43

క. అలరు విలుకాఁడవ యమృతము
చిలికెడు నెల యేల? సామిచేఁ గాదె వియో
గుల నేఁచఁగ? విండ్లమ్ములు
గలవారికిఁ దోడు చల్ల కడవలవారే? 44

ఉ. చక్కనివారిలో మిగులఁ జక్కని వాఁడవు గాన నీ కెనౌ
చక్కనివారిఁ జంద్రుని వసంతుని గూరుచుకొంటి, వందమౌఁ,
జక్కెరవింటిరాజ! యెకసక్కె మదే మని కూర్చుకొంటి, వ
మ్మక్క! యరూపకం బయిన యా యెలదెమ్మెర నాలిబూతమున్? 45

తే. రమకు నట్టింటి పగవాఁడు కమలవైరి;
కంసుఁ బోలిన యుగ్రశేఖరుఁడు వాఁడు;
మేనమా మని చూడకు, మాను చెలిమి;
యకట! పై వచ్చు టెఱుఁగవే హరికుమార? 46

మలయానిలోపాలంభనము

క. తరుణి మెయి తావి యీసునఁ
బురికొల్పెడు నిన్ను గంధపుం గొండ యిటుల్;
పురికొల్పెనె తానుం? దా
మర కొలఁకుల రమయు, మలయ మరు దంకురమా! 47

క. తెమ్మెర! నీ కెం తెమ్మెర?
కమ్మని విలుకాని దొరవు క మ్మని; నెలఁ బై
రమ్మని, యళి పిక శుక నిక
ర మ్మనిగా నిలిపి ముందరఁగ వచ్చితివా? 48

పంచారామరము -

జొహారు మీకుఁ; జల్లఁ గాఁగఁ జూడుఁ డో సమీర కం
జహారులార! మంటమారి శంబరారిఁ గూడి యీ
గొహారు సేయ నేల యీ చకోర లోచనన్? భుజం
గ హారు పాద మాన మీకుఁ, గాఁక లింక రేఁచినన్. 49

చంద్రోపాలంభనము

క. వల పెక్కడ లేదా? యీ
యలి కుంతల తలనె వేగెనా? యేఁచ కిఁకన్
జలికాలఁ ద్రోచి విడువుము;
చెలి మిక్కిలి మనసు పేద శీతలపాదా! 50

చ. శివుఁ డిటు రమ్మటంచు దయ చేసినచోఁ దల కెక్కి; తుగ్రవై
భవమునఁ జూచుచో నడుగు వట్టితి; వేమన వచ్చు నీ గుణం?
బవు నవు; నందినన్ సిగయు, నందక యున్నను గాళ్లఁ బట్టుకొం
దువు హరిణాంక! వేల కొలఁదుల్ గద! నీ నడకల్ తలంపఁగన్. 51

తే. కలశ వారాశిఁ బుట్టుట, క ప్పెనయుట
శైలచాప శిరోధివాసంబుఁ గనుట
యెవ్వరికి నంట రాకుంట, యెఱిఁగి కాల
కూట మన నేమి నినుఁ జంద్ర! నేఁటి నుండి? 52

తే. భువన జా తార్తి కరమూర్తి వవుట కడలి,
కడలి గరళంబు నిన్ను నొక్కటిగ నెంచి
'త్రాగు తలఁ బోసికొ' మ్మని వేగ హరున
కిచ్చె; నీ రుచి నిఁక నెంచ నేల చంద్ర? 53

ఉ. చక్కెరవింటి రాజు నగచాపునితో నెదిరించి పడ్డనాఁ
డెక్కడ నుంటి వీవు? మధుఁ డెక్కడ నుండెను? మందమారుతం
బెక్కడ నుండె? సిగ్గు వడరే? ఋపు డాతఁ డదృష్ట రేఖచే
రక్కొని క్రమ్మఱన్ బ్రతికి రాఁగ వజీర్లయినారుగా శశీ! 54

కోకిలా ద్యుపాలంభనము

క. మా కలకంఠియు నీవును
నేకగ్రీవముగ నుందు రి న్నాళ్లు; నయో!
కోకిల! యిపు డే లలఁచెదు?
నీ కగునే యిగురుఁబోఁడి నెత్తురు ద్రావన్? 55

క. కొమ్మపయిఁ బక్షపాతము
నె మ్మెయి నెఱపుదు? వి దేల యేఁచెద, వకటా!
కమ్మఁగ నవాతు చక్కెర
క్రమ్మఁగ మా టాడు రవర, కలకంఠ వరా! 56

ఉ. కల్లరి ద్రాఁచు, నిప్పుకలు కైకొను కేకి చకోర పాళికిన్
జెల్లినఁ జెల్లుఁ గాక! సరసీజ బిసంబు లిగుళ్లు మేసి భా
సిల్లెడు మీ కయో! విషము చిల్కఁగ వేఁడిమి గుల్కఁ బల్కఁగాఁ
జెల్లునె? యో మరాళ పిక శేఖరులార! వచింపుఁ డింపుగన్. 57

క. రాచిలుకా! కోమలి దెసఁ
జూచితె? శ్రుతి కటువు లనెడు శుక నామము నీ
కేచాడ్పునఁ దగు? వల! దిఁక
మా చెలిఁ గెరలించితేని మాటలు వచ్చున్. 58

క. మ దనుగుణం బని చాలఁగ
మది నమ్మితి; మిట్లు మొరయ మరియా దగునే?
యదియును గాక మదాళులు
గద, తుమ్మెదలార! వెగటుగా నాడెదరే?' 59

వ. అని బహూకార నికార మమకార చమత్కారంబులు కానంబడ నీ
ప్రకారంబున. 60

క. శర దబ్జ ముఖుల మాటికి
శర దబ్జ ముఖుల్ తలంపఁ 'జాల్ నిలుఁ' డంచున్

దరుణీమణి వేసరి యా
స్తరణ సుమాదులను జూపి తాపముచేతన్. 61

సీ. 'ఈ క్రొవ్విరులు గ్రోలు నెల తుమ్మెదలు చెక్కు
చెమరింప కున్నవా? చిగురుఁబోణి!
యీ కెంజిగురు మెక్కు కోకిలానీకముల్
వసివాడ కున్నవా? వనజగంధి!
యీ నిండు వెన్నెల లాను చకోరముల్
కసుగంద కున్నవా? కంబుకంఠి!
యీ తూండ్లు భుజియించు జాతియంచలు సొట
సొటలు వోకున్నవా? శోభనాంగి!

తే. తెలిసి రారమ్మ! కలదు సందియము చాల;
నులికిపడ కవి లెస్సలై యుండె నేని
వజ్ర కాయమ్ములే యౌను వానికెల్ల;
నపుడు విరహుల యవధికి నవధి లేదు. 62

క. 'చలిగాలి గర్వ మడఁపన్
గలిగెన్ జిలువ' లని యుండఁగా, వానిపయిన్
గలిగె శిఖావళము, లయో!
'చెలి! తప్పునె వాయు సఖము శిఖి యను' వార్తల్? 63

తరల.

అగము లెక్కుచు మిన్నుముట్టు చహంకరించు బలంబుతో
మృగమదంబు నడంగఁ జేయుచు మేని కప్పు చెలంగఁగాఁ
బగలు మీఱఁగఁ బాంథకోటుల బాధ పెట్టుచు నుండు నీ
తొగ తగుల్ వెడవింటి బోయకుఁ దోడు వచ్చినవాఁడ పో. 64

క. మకరంద రసముఁ జిల్కెడు
చికిలి లకోరీలు చెఱకు సింగిణి విల్లున్

ప్రకటించియు, నిది యేమో,
మకరాంకుఁడు చేదు వగలు మానఁడు చెలియా! 65

చ. చిడిముడి పాటుతోఁ జెఱకు సింగిణిఁ బూని, మధు ప్రియత్వ మే
ర్పడుగతి లావులున్న హరిపైనిఁ జివుక్కున నెక్కి, యుక్కునన్
వెడలెడు చందుఁ జూచి తమి నేఁ డిది గో వధ మాచరించుఁ బెం
పడరి, లతాంగి! పచ్చి తుర కౌఁగద య మ్మదనుండు చూడఁగన్! 66

తే. అనినఁ 'బవనుండు మనకు లోనైన వాఁడు
తోయజారాతి మనుజుల త్రోవ రాఁడు;
కాము తూపులు వెంద్రుకఁ గట్టఁ బడును;
జామ! యేటికి నూరక జలదరింప!' 67

తే. అనుచు నూఱడఁ బల్కి త త్ప్రాణ సఖులు
దేవకీదేవి కీ మాటఁ దెల్ప కున్నఁ
గా దనుచుఁ జేరి చెలి యున్న గాద తెలిపి
రంత యటమున్న తెలిసి మురాంతకుండు. 68

ఉ. తల్లిని దండ్రి నాత్మజులఁ దమ్ముల రమ్మని యేకతంబునన్
దల్ల కిరీటి యున్న తెఱఁ గల్ల సుభద్రకు నైన మోహమున్
దెల్లము సేసి, 'మున్ మనమదిన్ గలయట్లనె యయ్యె' నంచు రం
జిల్లి హలాయుధుం డెఱుఁగఁ జేయఁగరాదు గదా వివాహమున్? 69

క. తన శిష్యుం డని దుర్యో
ధనునకు నీ వలచి సమ్మతంపడఁ; డటు గా
వున నిందుకుఁ బశుపతి పూ
జన మని యొక టిపుడు గద ప్రసక్తం బయ్యెన్. 70

క. ఇరువదినాళ్లు రేపు మొద లిందుధరోత్సవ లీల లచ్చట,
న్జరిగెడు; నేటి కెన్మిదవ నాఁటికిఁ బెండ్లిముహూర్త; మ వ్వధూ
వరులకుఁ దెల్పి, చల్పుఁడు వివాహవిధుల్ హలి గానకుండఁ దీ
వరమున; లగ్నవేళ కిటు వత్తు' నటంచు నమర్చె దేవకిన్. 71

అంతర్ద్వీపమున శివుని జాతర

క. అంతటఁ బశుపతి పూజకు
నంతటఁ జాటంగఁ బనిచి హరి యరిగెఁ; బ్రలం
బాంతకు వసుదేవుని ము
న్నంతర్ద్వీపమున కేఁగు మని యా వెనుకన్. 72

క. యదు వృష్ణి భోజ కుకురులు
కదలి రపు డనేక బాలికా మణి భూషా
మృదుల పరిధాన పరిమళ
విదిత మహైశ్వర్య ధుర్య విభ వోన్నతులై. 73

ఉ. ఈ గతి నంతరీపమున కెల్ల జనంబులతోడ నేఁగి, యం
దాగమవేద్య శీలికి, నతామర పాలికి, నిందుమౌళికిన్
ద్యాగము భోగమున్ జెలుల యాటలు పాటలు నిత్యకృత్యమై
సాగఁగఁ జూచుచుండి రల శౌరియు, సీరియు సంభ్రమంబునన్. 74

ద్వారకలో శ్రీకృష్ణుని యాధ్వర్యమున సుభద్రార్జునుల వివాహము

తే. అంత నిచ్చట ద్వారకయందు దేవ
కీసతీమణి తాను, రుక్మిణియుఁ బెండ్లి
పెద్దలై యర్జును, సుభద్రఁ బెండ్లికొడుకుఁ
బెండ్లికూఁతును జేయ నపేక్షఁ జెలఁగి. 75

ఉ. కట్టిరి మంచి లగ్నమునఁ గంకణముల్ కరపంకజంబులన్,
బెట్టిరి మేనులన్ నలుఁగు మేలి మృగీమద కుంకుమంబులన్;
జుట్టిరి కైశికంబుల విశుద్ధ మనోహర పుష్పమాలిక;
ల్పట్టిరి పేరఁటాండ్రు ధవళంబులు పాడుచు - నుల్లభంబులన్. 76

శా. 'ఇన్నాళ్ళప్రోది యొనర్చఁ గేళివనిలో నిం పొందు న మ్మాధవీ
పున్నాగంబుల పెండ్లి సేయవలెఁ బూఁబోండ్లార! రారే!' యటం

చు న్నేర్పుల్ దగ నొండొరుం బిలిచికొంచున్ సత్యభామాది వి
ద్యు న్నేత్రామణు లప్పు డిర్వురకు విందుల్ సేసి రందందులన్. 77

క. అంతర్వాణి పురోహితుఁ
డంత వివా హోచిత క్రియా కాండం బా
ద్యంతము గావించుటకై
సంతసమునఁ జేరి యున్న సమయమునందున్. 78

క. సంపంగి నూనె యంటెన్
శంపాంగి కిరీటి కొకతె; చనుదోయి పిసా
ళింపన్, గీల్జడ కటి నటి
యింపన్, గిటకిటని కొ నొకింత చలింపన్. 79

క. కలశస్తని మణికంకణ
కల శస్త నినాద మొలయఁగా నొకతె వడిన్
దలఁ బ్రామి, పసిఁడి కొప్పెర
జలములు చెలు లంది యొసఁగ జలకం బార్చెన్. 80

లయవిభాతి

చలువ లొసఁగెన్ సరగఁ జెలువ యపు డొక్కరితె;
వలఁతితన మొప్ప నొక పొలఁతి తడి యొత్తెన్;
గొలఁదిగ జవాది నొక వెలఁది తలఁ బూసె; నొక
జలరుహదళాక్షి సిగ కలరుసరి చుట్టెన్;
దిలక మిడియెన్ నిటల ఫలకమున నొక్క సతి
తెలి నిలువుటద్ద మొక చెలి నిలిపె మ్రోలన్;
గలయ జవరా లొకతె మలయజ మలందె; నొక
లలన విసరెన్ సురటి యల నరున కర్థిన్. 81

తే. ఒరగ వేసిన సిగ వింత యొఱపుఁ జూచి
బవిరి దిద్దిన చెంపల బాగుఁ జూచి

వడి గొలిపి యున్న మీసల బెడఁగుఁ జూచి
యపుడు తమలో సుభద్ర నెయ్యంపుఁ జెలులు. 82

క. 'వాసవి త్రిదండి వేసము
వేసి గదా మేలు సేసె; వెస జన్నిదమే
వేసికొనవచ్చు నీ సిగ
వేసికొనం గూడ దొండు వేసము వేయన్. 83

క. దండముఁ, గాషాయంబును,
గుండికయును మాని పెండ్లికొడుకైనాఁ డా
ఖండలుని ముద్దుఁ గొడుకు ప్ర
చండ రుచిన్ నేఁడు; మంచి సన్న్యాసముగా! 84

మ. యతివేషంబున నిన్ని నాళ్లు మన యుద్యానాంతర క్షోణి ను
న్నతఁడా యీతఁ? డదేటి మాట! కనుఁగో మం దెన్నఁడే నీ తను
ద్యుతి, యీ రాజస, మీ మొగంబు కళ, యీ యొయ్యార, మీ వీక్షణా
మృత లీలాభినయంబు, లీ సొగసు, లీ మీసాలలో నవ్వులున్! 85

క. ఈ మహిమ యెందుఁ గలదే
భూమండలిలోన? నితఁడె పో చక్కనివాఁ,
డో మగువలార! మును విన
మా మన్మథు, నతని మేనమామ న్మథునిన్! 86

క. ఈ రాజుసేవ సేసిన
వారిది గద భాగ్య! మీ భువన మోహన శృం
గారునితోఁ గూడం గల
నారీమణిదే సుమీ జనన మూహింపన్. 87

ఆ. మంచి మగఁడు వలయు నంచుఁ గోరుచు నుండ
మంచి మగఁడు గలిగె మఘవ సుతుఁడు;

మన సుభద్ర సుకృత మహిమ యే మనవచ్చు!
మనసు భద్ర మయ్యె మనకు నెల్ల. 88

తే. అని నుతింప నలంకృతుఁ డగుచు గొంతి
కూర్మి కొడు కుండ బంగారు కుండ యైన
కన్యకా రత్నమున కా ప్రకారముననె
శిరసు మజ్జన మొనరించి చిగురుఁబోండ్లు. 89

ఉ. భామకుఁ గప్పుదేఱు తెగబారెఁడు నిద్దపు సోగ వెండ్రుకల్
వేమఱు దువ్వి భారముగ వెన్కకు జాఱఁగఁ గొప్పు వెట్ట, నో
హో! మఱి వేయి వెట్టినట్టు లొప్పె; న దేమనవచ్చు? నౌఁ గదా
తామరసాక్షి కెందుఁ దలిదండ్రులు పెట్టని సొమ్ము పెన్నెఱుల్! 90

క. 'స్వ కపోల కల్పిత మనో
జ్ఞ కళా గతి కెట్టు లౌను సరి ఛాయా చో
రక రుచి సందర్భం?' బని
ముకురము నగు కరణి నవ్వు మోము చెలంగెన్. 91

ఉ. అద్దముఁ జూచి చంద్రముఖి యందముగాఁ దిలకంబు కస్తురిన్
దిద్ది, యనేక రత్నమయ దివ్య విభూషలు దాల్చి, యయ్యెడన్
ముద్దులు గుల్కు కుందనపు ముక్కలిపీఁట వసించెఁ దమ్మిపూ
ముద్దియ గద్దియం బొలుచు ముద్దియ యుద్ది యనన్ శుభోన్నతిన్. 92

చ. 'తనయుని పెండ్లి కేఁగవలె ధాత్రికి, దిక్కులవారి నెల్లఁ దో
డ్కొని చనుదెమ్ము నీ' వని కడున్ గుఱి సేసి సురాధినాథుఁ డ
వ్వనపతి కంపినట్టి శుభవార్తల బంగరుఁ గమ్మ చుట్ట నా
దినకరమండలం బపర ది గ్గిరి కూటముఁ జేరె నయ్యెడన్. 93

క. నంద కుమా రానుజ యఱు
తం దన నందనుఁడు గట్ట దైవతపతి వే
డ్కం దెచ్చు తాళి బొ ట్టనఁ
జందురుఁ దరుణరుచిఁ బ్రాగ్దిశం గన నయ్యెన్. 94

సీ. కులదేవతను దెచ్చి నిలిపిరి మాణిక్య
చకచకల్ గల పెండ్లి చవికెదంద;
నై రేనిఁ గొనివచ్చి రైదువల్ పాటలు
పాడుచు శుభవేళ వేదు కలరఁ;
బులుకడిగిన ముత్తెముల బాసికంబులు
సరవిఁ గట్టిరి నేర్పు సంఘటిల్లఁ;
దలఁబ్రాల కేర్చి ముక్తామణుల్ నించిరి
పసిఁడి పళ్లెముల సంభ్రమము మీఱఁ,

తే. బణవ శంఖ ఢమామికా పటహ కాహ
ళా రవంబులు నెఱపిరి బోరు కలుఁగ
సకల వినియోగముల జనుల్ సకులె గాఁగ
నంతిపురమున నుత్సవం బయ్యె నపుడు. 95

తే. 'తడవు సేసె; ముహూర్తంబు దగ్గటించె;
నేమొకో యన్న రాఁ?' దని యెదురు చూడఁ
దనదు గారాబుఁ జెలియలి మన సెఱింగి
మాటలోపల వచ్చె న మ్మాధవుండు. 96

క. ఒక రొకరి నెఱుఁగ కుండఁగ
నొకరి వెనుక నొకరు వచ్చి రొక నెపమున నా
నకదుందుభి సారణ సా
త్యకులును బ్రద్యుమ్న సాంబు లక్రూరాదుల్. 97

ఇంద్రుఁడు కొడుకు పెండ్లి చూడ స్వర్గమునుండి వచ్చుట

క. హరి వచ్చునంతలో నా
హరియున్ జనుదెంచెఁ దనయుఁ డాత్మఁ దలంపన్
సుర లచ్చరలు మహర్షీ
శ్వరులు నరుంధతియు గురుఁడు శచియున్ దానున్. 98

ఉ. చక్కెరవింటి రాజు నెకసక్కెము లాడఁగఁ జాలు నెక్కుడున్
జక్కఁదనంబు గల్గు నెఱ సాహసపుం గొమరుండు మ్రొక్కఁ గా
నక్కునఁ జేర్చి, మే నిమిరి, యౌఁదల మూర్కొని, చొక్కుచుండె లో
నెక్కొను వేడ్క నిక్కు చెవి నీలని నెక్కు వజీరుఁ డయ్యెడన్. 99

మ. 'సుముహూర్తం బిదె, లెం' డటంచు గురుఁ డచ్చోఁ దెల్ప దేవేంద్రుఁడు
న్దమ దేశంబున నుండి తెచ్చిన సువర్ణ క్షౌమ కోటీర ము
ఖ్య మణీ భూషలతోడ బాసికము సింగారించి, మందార దా
మము కంఠంబునఁ జేర్చి పెండ్లికొడుకుం బ్రాగ్దంతి నెక్కించినన్. 100

వ. అ య్యవసరంబున. 101

సీ. ఉపరిభాగ నిరంత రోన్నమితము లైన
ముత్యాల గొడుగుల మొత్తమలర,
సుభయ పార్శ్వ ముహు ర్ముహు శ్చాలితము లైన
వింజామరల కలా పుంజ మమరఁ,
గల్యాణ వైభవ కర్ణజపములైన
తూర్య నాదముల చాతుర్య మొనరఁ,
బృథుల ప్రదక్షి ణార్చి ర్మేదురము లైన
దివ్వటీల సమష్టి నివ్వటిల్ల,

తే. నపుడు ప్రద్యుమ్నుఁడు, జయంతుఁ డవలఁ నివలఁ
బసిఁడి బెత్తంబులను బరాబరులు సేయ
నడచి వచ్చిరి హరిపురందరులు మ్రోల
సంభ్రమంబున మందహాసంబు దొలుఁక. 102

చ. 'అనిమిష భావ మీ సమయమందు ఫలించె' నటంచుఁ గోరికల్
వెనుకొనఁ, బైనపైన పడి, వే తటకాపడి యుర్వశీ విలా
సిని మొదలైన యచ్చరలు చెంతలఁ జేరి, సహస్రదృ క్తనూ
జుని యెడ లెల్లఁ గన్నులుగఁ జూచిరి మానసముల్ కరంగఁగన్. 103

ఉ. దేవకి యింటి నుండిటు లుదీర్ణతఁ బెండిలికూఁతు రున్న భూ
జావనిజాని జా మణి గృ హాంగణసీమకు నేఁగి యెంతయున్
రీవి ఘటిల్ల సాత్యకి వడిన్ గయిలా గొసఁగన్ గిరీటి యై
రావతమున్ డిగెన్ ద్విజపురంధ్రులు ముత్తెపుసేసఁ జల్లఁగన్. 104

తే. నరవరోత్తముఁ డటు శుభోత్తరము గాఁగఁ
గుడిపదము మున్నుగా నిడి గడప దాఁటి
యారతు లొసంగ దీవన లావహిల్ల
మోదమున నేఁగెఁ గల్యాణ వేది కడకు. 105

సుభద్రార్జునుల వివాహ వైభవము

శా. శ్రీరంజిల్లఁ బసిండి పెండ్లి చవికెన్ జేరంగ న వ్వేళఁ గ
న్యారత్నంబును దోడితెచ్చిరి, జనానందంబుగాఁ బాడుచున్
బేరంటాండ్రురు మంత్రవర్ణ పఠనాప్తిన్ గర్గుఁడున్ దేవతా
పౌరోహిత్య ధురంధరుండు శుభ మొప్పన్ మ్రోల నేతేరఁగన్. 106

క. 'మెత్తుము గదె మన మెపుడుఁ ది
లోత్తమ చక్కఁదన! మీ తలోదరి యెదుటన్
మెత్త వడె దాని చెలు' వని
యత్తఱి గుసగుసలఁ బోయి రచ్చర లెల్లన్. 107

తే. 'వేయుఁ గన్నులు వలయుఁ బో వీరిఁ జూడ'
నని [1]కవుల్ దంపతుల చెల్వు వినుతి చేయఁ,
గాదు పదివేల కన్నులు గావలె నని
చూచుచుండె సహస్ర విలోచనుండు. 108

చ. కలరొకో యెవ్వరైన నవుఁ గా దని యడ్డము పల్కువార లీ
యిల? మఱిఁ దా నెఱుంగనటు లెంతటి మాయలకాఁడు కన్యకా
తిలకము ధారవోయ వసుదేవుని గట్టడ సేసి వేయి క
న్నులు గల వేలుపుం బలెఁ గనుంగొనుచుండె మురారి చెంగటన్. 109

1. జనుల్

క. మధుకర వేణులు కొందఱు
మధు రోక్తులు వెలయఁ దెర యమర్చిరి సరగన్
మధు మథన జనకుఁ డంతట
మధుపర్క మొసంగె నృప కుమారాగ్రణికిన్. 110

తే. దేవకి యొసంగ నా వసుదేవుఁ డపుడు
చంద్రకాంతపు గిండి గొజ్జంగి నీటఁ
బసిఁడి పళ్లెములోఁ బదాబ్జములు గడిగి
తనదు మేనల్లునకుఁ గన్య ధారవోసె. 111

ఉ. సూరెలఁ జేరి యష్ట మహిషుల్ దగువారుఁ బొసంగ, నావలం
గోరిక నిక్కి నిక్కి కనుఁగొంచు సుపర్వు లెసంగ, వాద్యముల్
బోరు కలంగ, నంగములు పొంగ, వధూవరులన్ గడాని బం
గారపు మెట్టుఁ బ్రాలపుటికల్ గదియించిరి గొంద ఱైదువల్. 112

క. వడిఁ దెఱవలు దెఱ వంపఁగఁ
బడఁతుక నగు మొగము కానఁబడియెన్, గాంతల్
తడఁబడఁగ శర న్మేఘముఁ
బెడఁబాసి చెలంగు చంద్రబింబము వోలెన్. 113

క. అమృత మొలుకు నధరంబునఁ
గుముద చకోరముల నేలుకొను శుభదృష్టిన్
గమలముల కళలు గైకొను
రమణీమణి మోముఁ దెఱచిరా జన వలయున్. 114

చ. పొలయలుకందు వేఁడుకొను పోలికఁ దెల్పెడు లీల సిగ్గు తొ
ట్రిలిన ముఖాబ్జ మెత్తి, మెడ క్రిందికి హస్తయుగంబు సాఁచి, వే
నలిఁ దెమలించి, సౌఖ్య కలన స్థితి గట్టిగఁ బట్టి కట్టె న
వ్వెలఁదుక కంఠసీమఁ గురువీరుఁడు మంగళసూత్ర మయ్యెడన్. 115

చ. తమ తమవార లొండొరుల దండఁ గరంబుల ముత్తియంపుఁ బ
ళ్లెము లిడి 'చేయి మీఱఁగవలెన్ జుమి నీ!' కని యెచ్చరింపఁగా

నమితముగా సుభద్రపయి నర్జునుఁ, డర్జునుపై సుభద్రయు
న్దమిఁ దలఁబ్రాలు వోసి రెలనవ్వును సిగ్గును లోఁ దొలంకఁగన్. 116

తే. అగ్ని సాక్షిగఁ బెండ్లాడి నట్టి ప్రియ వ
ధూటియును దాను బంగారు పీఁటమీఁద
నుచిత గతి వెలయంగఁ గూర్చుండి పాక
శాసని చెలంగె దీవించి సేస లిడఁగ. 117

తే. మృగమదము చెంతఁ గుంకుమరేఖ వోలె
నీలమణి పొంత నుదిరి పొ ద్రేకు వోలె
మేఘము కుఱంగటను దీఁగె మెఱపు వోలె
నర్జునుని చెంగట సుభద్ర యలరె నపుడు. 118

చ. కలుగుఁ గలావిశేషము జగంబునఁ బెండ్లి యటన్న నెట్టివా
రల; కటువంటిపట్ల నెలప్రాయము, రూప, మొయార మూని పే
ర్కలిగిన రాచకూఁతు రఁట, రాకొమరుం డఁట యేమి చోద్య మా
సొలపు మిటారి సిగ్గరులు చూపర చూడ్కికి విందు సేయుటల్! 119

క. అంతటఁ బౌలోమీ మఘ
వంతులకున్ బెండ్లికొడుకు వందన మిడఁ ద
ద్రాంతమున బెండ్లికూఁతురు
కొంతటు తల వంచి మ్రొక్కఁ గొంకుచు నున్నన్. 120

శా. 'ఎంచంగాఁ దగు నత్తమామలను దా నిల్వేల్పులంగా మనః
ప్రాంచద్భక్తిని సాధ్వియందు; రది మీ పట్లన్ నిజం బయ్యె నేఁ'
డంచున్ జేరి శచీపురందరుల కాహ్లాదంబుగాఁ బల్కి మ్రొ
క్కించెన్ దేవకి యప్పు డర్ధ హిమరు గ్బింబాలికన్ బాలికన్. 121

మ. ప్రణయం బొప్పఁగఁ గృష్ణునిన్ గని సుపర్వస్వామి 'యీ సర్వ ల
క్షణముల్ గల్గిన కన్య మంచి వరునిం గాఁ జూచి యీ నేర్చు నై
పుణి మీకే తగు' నంచు బల్కఁ, 'బరమాప్తుల్ మీరు రాఁగా విజృం
భణవృత్తిన్ నెఱవేఱెఁ బెండ్లి' యని య ప్పద్మాక్షుఁడున్ బల్కఁగన్. 122

వియ్యాలవారి మర్యాదలు - సయ్యాటలు

సీ. వియ్యంపు మర్యాద వెలయఁ దాను శచీ
జాని బువ్వాన భోజనము సేసి,
గుమగుమ వాసించు కుంకుమ కస్తూరి
యమరవల్లభుని హస్తమున కిచ్చి,
గంబూర గుల్కిన తాంబూల మింద్రుఁ డం
దుకొని తా సేనాని దోయిట నిడి,
పీతాంబరములు విప్పి యనేకములు వజ్రి
చేతిసంజ్ఞ జయంతు చేతికొసఁగి

తే. కేలఁ గే ల్వట్టి కొన్ని వాకిళ్లు గడచి
రాఁగ, 'విచ్చేసి యుండుఁడు; రా వల'దని
బలిమి బలభేది యెదురుగ నిలిచి మ్రొక్క
వేడుక మురారి కేల్మోడ్చి వీడుకొలిపె. 123

క. అంతకు మునుపే హరి య
త్యంత కుతూహలముతోడఁ దగు మేరల న
య్యంతఃపురి భోజసుతా
కాంతను బౌలోమి ననుపఁ గట్టడ సేసెన్. 124

తే. రుక్మిణీదేవి తమ యత్త మ్రోల శచికిఁ
బసిఁడి గిన్నియఁ గస్తూరి యొసఁగ నామె
చేఁ దిగిచి దేవకీదేవి మీఁదఁ జిలికి
వదినెగా రని యొక కొంత వావి నెఱపె. 125

ఉ. 'వీయపురాల వైతి గదవే యిపు; దత్తవు తొంటి వావి, నో
తోయజనేత్రుఁ గాంచిన వధూమణి! నీ సుతఁ బెండ్లి యాడఁగా
నాయము నా కుమారునకు నర్మిలి హత్తఁగ; నత్త వావిచే
నాయువు గల్గువాఁ డవు నటంద్రు శుభం బగు దీన నెంతయున్.' 126

తే. అని సరసలీల నుడుగర లంది యపుడు
పారిజాతంబు కతన మున్ బరిచయంబు
చాలఁ గల్గుటఁ బ్రియముతో సత్యభామ
తనకు మ్రొక్కిన నింద్రాణి నెనరుతోడ. 127

ఉ. 'చెల్లెల! లెస్సలా? పెరటిచెట్టుగ నాటిన పారిజాత; ము
త్ఫుల్ల నవీన సూనములతో విలసిల్లుచు నున్నదా? సదా
యుల్లము దానిమీఁదటనె యుండును నా; కది ప్రాపుఁ, బ్రోపుఁ, బు
ట్టిల్లును, జొచ్చినిల్లునయి వృద్ధి నొసంగెడు నీకు నెంతయున్.' 128

క. అని యుచి తోక్తుల వారల
మనములు రంజిల్లఁ జేసి మన్ననతో న
య్యనిమిష లోకాధీశ్వరు
ననుఁగుం బట్టంపుదేవి యరిగిన యంతన్. 129

సుభద్రార్జునుల యింద్రప్రస్థపురీ ప్రయాణము

తే. 'ఏల యాలస్య మిఁక నిందుఁ? బ్రోలు సొచ్చి
నాగవలి సేయుదురు గాక, వేగ కదలి
పొండు, దంపతు!' లని ధనుష్కాండ రథ హ
యంబుల నొసంగి నరుఁ బయనంబు సేసి. 130

ఉ. చంద్రకిపింఛ లాంఛనుఁడు చంద్రిక లీనెడు నవ్వుమోముతో
నింద్రజు రాక ధర్మజున కేర్పడఁగా శుభలేఖ వ్రాసి, వే
చెంద్రిక పెట్టి, యందుపయిఁ జెంద్రికవన్నియ సాలు సుట్టి ని
స్తంద్రతఁ దానె ముద్రయిడి చారులచేఁ బనిచెన్ రయంబునన్. 131

క. ఈ రీతి నన్ని యమరిచి
యా రాతిరె యేఁగి శౌరి యడఁకువ నుండెన్
సీరికడ, దేవకియుఁ దన
గారాబుఁ గుమారి నంపఁగా రమ్మనుఁడున్. 132

తే. అత్తవారింట సకల భాగ్యంబు లున్న
మగని మీఁదటఁ దన కెంత మక్కు వున్న
నాఁడుఁ బుట్టువు పుట్టింటి కాసపడును
గావున సుభద్ర యొక తీరుగాఁగఁ నుండె. 133

తే. తల్లిదండ్రులు గారానఁ దన్నుఁ బెనుప
వదినె లన్నలుఁ గడు గారవంబు నెఱప
నల్ల యూరంత బలఁగంబునందు నుండి
యొకతె యెడఁబాసి పోవ నెట్లోర్చు మనసు? 134

క. అట్టులఁ దొంగలి రెప్పలఁ
దొట్టెడు బాష్పములనడఁపఁ దొ్రటిలు ముద్దుం
బట్టిc గని, కడుపు చుమ్మలు
చుట్టఁగ, నది మట్టుపఱిచి, శుభ మొనరంగన్. 135

తే. 'వింతఁటే యేమి? మేనత్త గొంతిదేవి;
కోరి వెండియుఁ బెండ్లాడినారు మీర
లొండొరుల; నీ విభుండు లోకోత్తరుండు
దొరకెను సుభద్ర! మంచి కాఁపురము నీకు. 136

క. ఈలోనఁ జూడ వచ్చెద;
మేలే చింతిల్లె?' దనుచు నెంతయుఁ బ్రేమన్
గేలన్ గ్రొమ్ముడి దువ్వుచు
బాలన్ దీవించి తల్లి పనుపన్ వేగన్. 137

మ. సకియల్ కొందఱు వెంటవచ్చి మణిభూషల్ చక్కఁగా దీర్చి, చెం
ద్రిక పూవన్నియ జిల్గుఁజేల కటి నెంతే గట్టిగాఁ జుట్టి పెం
డ్లి కుమారుండు కరాగ్ర మూఁత యొసఁగ వ్రీడావతిన్ దేరిమీఁ
దికి నెక్కించిరి మందహాస కలనా దేదీప్య మానాస్యలై. 138

తే. అటులఁ దేరెక్కి దంపతు లరుగఁ జూచి
జనులు 'రతిమన్మథులు వీర' లని తలఁచిరి;

హరి తురంగము, లించు వి ల్లలరు తూపు
లంద యుండంగ సందియ మంద నేల? 139

యాదవసేన సుభద్రార్జునుల నడ్డగించుట

ఉ. పచ్చని పచ్చడంబు దొర పంపిన త్రోవనె పోవునంతలో
నచ్చటఁ దెల్లవాఱ 'నితఁ డర్జునుఁ, డీమె సుభద్ర; వీరిఁ బో
నిచ్చిన మాట వచ్చు బలకృష్ణుల చేత' నటంచుఁ దారు తా
రెచ్చరికై పృథుశ్రవసుఁ డేలికగాఁ గల ప్రోలి కాపరుల్. 140

క. అల బలము లసంఖ్యములై
యలబలములు చేయుచుండ, నప్పుడు కలఁకన్
గలకంఠీమణి రిపు మద
కల కంఠీరవుని ధవుని గని వికసితయై. 141

పంచచామరము

'హుటాహుటిన్ హలాయుధుం, డహో! మహోగ్రుఁడై తనం
తటన్ దటాన నిప్పు డీ విధం బెఱింగి వచ్చెనో?
ఘటాఘటీల నెల్లఁ ద్రోవఁ గట్టి పట్టఁ బంచెనో?
యటో యిటో యెటో భటోద్భ టార్భటుల్ ఘటిల్లెడున్. 142

తే. తేరు గడపంగ మా యన్న దిద్దె నన్ను;
నేయ నేరిపె వింట నొక్కింత నాకు
నా వదినె సత్యభామ; ము న్నరక యైన
నిలిచి ము న్నరకాసురు గెలిచెఁ గాదె?' 143

క. అని రాజకన్య కావున
మనమునఁ గల ధీరతయును మమతయుఁ దెలుపన్
విని, యట దరహాసంబున
నునుఁజెక్కిలి చికిలిగోట నొక్కుచు వేడ్కన్. 144

క. 'న న్నెవ్వనిఁగాఁ జూచితి?
కన్నియ! నీ చేయునంత కార్యం బిట నే
మున్నది? చూడుము; చెండెద
ఛిన్నాభిన్నములు కాఁగ సేనల; నైనన్. 145

సుభద్రా సారథ్యము - అర్జునుని యాహవ వీరము

క. నీ వేడు కేల కాదనఁ
గావలె? నటువలెనె తేరు గడపు' మటంచున్
జే విలు నమ్ములు గైకొనె
నా విజయుఁడు సమర సన్నహన దోహలుఁడై. 146

ఉ. అంతటిలోఁ బృథుశ్రవసుఁ డాదిగఁ గల్గిన వీర యోధు ల
త్యంత కఠోర తోమర శరాసన బాణ కృపాణ పాణులై
పంతములాడుచుం బదరి పైఁబడఁ జూచు బలంబు లెల్లఁ దా
మంతట నంతటన్ నిలిపి యడ్డముగఁ జని యా ధనంజయున్. 147

ఉ. 'స్యందనమున్ దురంగములు శౌరివె పో; బలరాము చెల్లె లీ
యిందునిభాస్య; యీమె నెట కెత్తుకపోయెదు రాకుమార? యే
మందురు యాదవుల్ వినిన? హా! యిటువంటివె రాచవారితోఁ
బొందులు? కానకుండఁ గొనిపోఁ దగవా మిమువంటి వారికిన్?' 148

క. అనుటయు 'నేమీ కనినం
గనకుండిన? నానఁ బూనఁ గలరా మీరల్?
మనవలసిన నీ మాటలఁ
బని లేదు, చనుం' డటంచుఁ బైఁబడి రాఁగన్. 149

అ. రాకు రాకు మనెడి రట్టడితనములు
పోకు పోకు మనెడి పొగరు వగలు
పొడువు పొడువు మనెడి బెడిదంపు బీరముల్
విడువు విడువు మనెడి వీఁక లెసఁగ. 150

ఉ. ముందర వెన్క నీ కరణి ముంచుకొనన్; జలియింప కిం పొన
ర్పం దరళాక్షి తేరు గడపన్ గడకంటనె పాఱఁజూచి విం
టం దొడి యేయుటల్ బయ లొనర్పక యెంతటి నేరు పౌర! పౌ
రందరి యందఱిన్ శర పరంపర వెంపరలాడె న య్యెడన్. 151

సీ. కొండల వలె నున్న కొమ్ముఁగత్తుల భద్ర
దంతావళముల మొత్తములు బలసి,
యంబుధి తెరల చందంబునఁ దుటుములై
భాసిల్లు కంఖాణ బలము లొదవి
విరివియై మేఘముల్ పెరిగి వచ్చిన జోక
ఘన పతాకల శతాంగములు హత్తి
వెదురు పొదల్ పేర్చు విధమునఁ గనిపించు
గడల పౌజులు సమగ్రముగఁ గూడి

తే. యుక్కుపొడి రాల, రోషంబు పిక్కటిల్ల
నొక రొకరిఁ గేక వెట్టు నత్యుగ్ర సింహ
రవములు సెలంగ, సైనిక ప్రభులు తార
సిలి రుదార శిలీము ఖార్చులు నటింప. 152

ఉ. ఎత్తిన యాయుధంబు లవి యెన్నియొ యన్నిటి నన్ని తూపులన్
దుత్తునియల్గఁ జేసి మఱి తోడనె పూనఁగఁ జేతు లాడ నీఁ;
డ త్తరుణీ రథాశ్వముల యండకు రా విడఁ డంప తున్కయే
నత్తఱి నాతఁ; డేమనఁగ నా శర లాఘవ సావధానతల్! 153

మ. రకపుం జెయ్వులఁ దా వినోదముగ సారథ్యంబుఁ గావించు క
న్యకపైఁ బెట్టిన చూపె కాని, యిటు సేనన్ జూచుటే లేదు; సా
యక పంక్తుల్ నడుచున్ సహస్రములుగా, 'నయ్యారె! వివ్వచ్చు చే
తికిఁ గన్నుల్ గల' వంచు నెంచి రషు డెంతే వీర యోధాగ్రణుల్. 154

ఉ. ‘శూరకులంబు సర్వ మొక జో కయి వచ్చి యెదిర్చెనేని నే
నీ రమణీ శిరోమణి గ్రహింపక పో’ నని గట్టిగా నహం
కారము మీఱఁ గంకణము కట్టుక యుండెడు నిప్పు డర్జునుం;
‘డౌర రణంబు పెండ్లికొడు’ కంచు నుతించిరి వీరపుంగవుల్. 155

ఉ. అ మ్మెయి వాజి వారణ భటావళిఁ గప్పిన తూపు లే మనన్?
దెమ్మలుగాఁ దటాకముల నిండు శరమ్ములఁ, బుష్ప వాటులన్
గ్రమ్ము శిలీముఖంబుల, ధగద్ధగి తోన్నత సౌధ గోపురా
గ్రమ్ములయందు వ్రాలెడు ఖగమ్ముల నెన్నిన నెన్న శక్యమే? 156

క. అలుఁగుల పోకడలును మై
యలయికలును మీఁదు మిక్కి లై, కడు లోనై
బలములు తమ తమ బాహా
బలములు నటఁ బనికి రాక భయ విహ్వలు లై. 157

విజయుని విజయము

ఆ. ఒక్క మొగము గాక యుఱికిరి సైనికుల్;
దిక్క మొగము లగుచుఁ జిక్కు భటులు
మ్రొక్కి రీటియలు దటుక్కునఁ బడవైచి;
య క్కిరీటి యెదుట నాగఁ గలరె? 158

వ. ఇత్తెఱంగున జయాంగనా సంగమంబునం బొసంగియుఁ జెక్కు చెమర్పక య క్కురువీరుండు సారథ్య నిపుణత్వంబునకు మెచ్చి య చ్చిగురుఁబోణి నవారిత ప్రేమాతిశయంబునం గౌఁగిలించి, ‘యెక్కించుక రేక మోవని నా యురఃస్థలంబున నీ కుచకుంకుమరేఖ లంటించి మీ వారికి సూడు దీర్చితివా!’ యని నవ్వుచు, నవ్వలం గొంత దవ్వరుగుచునట బ్రచ్ఛన్న వేషంబునఁ దనరాక కెదురు చూచుచున్న విశారద ప్రముఖాప్త పరివారంబుల గారవించి, మురారి ప్రేరిత దాశార్హ నివేదితార్హ మార్గంబున మహారణ్యంబులును గిరి వరేణ్యంబులును బుణ్య నదీ నదంబులును జనపదంబులుం గడచి,

స్వదేశంబుఁ గాంచి, యుల్లాసంబున నందంద విశ్రమించుచుఁ, జనం జనం, జారుల వలనం దెలిసి యగ్రజానుశాసనంబున నానా సేనాసమన్వితులై మాద్రీసుతు లెదుర్కొని యుపాయనానతులు సమర్పింప నుపగూహన బహూకృతు లొనర్చి, దశ దిశా దుస్సహ నిస్సాణ ప్రముఖ నిస్వనంబులు బోరు కలంగ నలంకృత నిస్తుల స్తంబేరమారూఢుండై గగనోల్లేఖి తోరణ ధ్వజోల్లోచ ప్రాంచ త్సిచయ ప్రచయ ప్రచల త్ప్రచలాకి చిత్రచ్ఛవి వ్యాప్త హేమచ్ఛవి ఫలగుళుచ్ఛ విరాజద్రాజశరంభా స్తంభ విజృంభిత ప్రతిమందిరంబును, విలోకిత బిబ్బోకవతీ వికచలోచన ప్రాచుర్య విభ్రాజమాన తనూజోత్సవ దిదృక్షా గృహీతానేక విగ్రహ సహస్రాంబక విడంబి భర్మహర్మ్య నికురుంబంబును, నీరాజన లాజాక్షత కుసుమ కిసలయ వ్యాకీర్ణ కలశ గ్రహయాళు మహీలేఖ మహిళా భూయిష్ఠ ద్రాఘిష్ఠ వేదికాంతరంబును నగు నింద్రప్రస్థపురంబును సకలజన రంజన కుశల విశాల కటాక్ష కృపారసావేశంబునఁ బ్రవేశించి మున్ను సుభద్ర ముహూర్తంబున సుభద్రా భద్రభద్రేభయానం జతురంత యానంబున శుద్ధాంతంబున కనిపి, ధౌమ్యాదుల కభివందనంబుఁగావించి, యాశీర్వాదంబులు గైకొని, నిజాగమన సంతోష రసోన్మేష భూషిత సుప్రసన్నానన బిసప్రసూనుండును, రత్న సింహాసనాసీనుండును నగు ధర్మసూనునకు సాష్టాంగం బెఱఁగి, భీమసేనునకు నమస్కరించి, యంతఃపురికిం జని కుంతీదేవికి వందనం బాచరించి, ద్రుపదనందన నుపచరించి, యిష్టాలాపంబుల సుఖంబుండె. 159

సుభద్రాపహరణ వృత్తాంతము దెలిసి బలరాముఁ డాగ్రహోదగ్రుఁడగుట

ఉ. అంతట ద్వారకా పురమునందు సభాపరిపాలుఁ దర్జునో
దంతము యాదవుల్ దెలియునట్లు హజారమునందు భేరి య
త్యంత రుషా కషాయిత హృదంతరుఁడై చఱపించె, మించె ది
గ్దంతి ఘటా శ్రవఃపుట భిదాచణ భీషణ భూరి భాంకృతుల్. 160

క. ఆ నాదము విని హలి మొద
లైన యదూద్వహులు పురికి నరుదెంచి సభా

సీను లయి నరుని కపట వి
ధానము మతి మతియు నడిగి తప్తాశయు లై. 161

తే. 'యతి ననుచు వేష భాషల నటమటించి,
పొంచి, తటి వేచి కన్నియఁ గొంచు నరిగె,
'[1]దొరకు సన్యాసి' యను మాట తిరము గాఁగ
నర్జునుం, డద్దిరా! యెంత దుర్జనుండు! 162

శా. ఏతన్మాత్రమె కార్యభార మని, పై యె త్తెన్నకే నేఁడు ని
ర్భీతిన్ బాలికఁ గొంచుఁ బోవ నుచితంబే? కండగర్వంబు! దు
ర్నీతుల్ యాదవ వీరసింహములతోనేనా? బలారా! బలా
రాతి ప్రోద్భవుఁ డెంత సేసె! నిది తీరా వీర రాణ్మౌళికిన్? 163

ఉ. వంచన చేసి యిట్లు చెలువన్ గొనిపోవఁ బ్రలంబవైరి సై
రించునె? దుర్మదాధిపవరేణ్యుల భూములు దున్ని ధూళి గా
వించఁడె? పిండిపిండిగఁ బ్రవీర విరోధి కిరీట రత్నము
ల్దంచఁడె? ఘోర సీర ముసలంబుల వ్యర్థములే ధరించుటల్?' 164

క. అని కాళిందీ భేదనుఁ
డను వాక్య మొకింత విన్న యంతనె, మేఘ
ధ్వనిఁ గెరలెడు మద కేసరు
లన యోధాగ్రేసరులు మహా మత్సరులై. 165

ఉ. 'యాదవవార్ధి వెల్లివిరియన్ మతి యాఁగెడుపాటి వీరుఁ డి
మ్మేదిని నెవ్వఁ? డిందులకు మీరలు గావలె? నేమె చాలమే!
పోదుమె? కట్టి తెత్తుమె? బుభుప్రభు నందనుఁ డెంత! వాని తం
డ్రే దురమం దెదిర్చినను రేకు మడంతుము, మాట లేటికిన్?' 166

తే. అని యుదగ్ర మహాగ్రహ వ్యగ్రుఁ డైన
యన్న మాటలు, సభవార లన్నమాట

1. దొరకు సన్యాస మను.

లేమి చవి కామియును, దాల్మి యోమి, భక్త
జన కుశల కామి యల యదుస్వామి యనియె. 167

శ్రీకృష్ణుఁడు బలరాముని శాంతపఱచుట

క. 'యదు రాజకుల శిరోమణి!
యెదురా మీ కొకరుఁ? డుచిత మెఱిఁగియుఁ బరు లెం
చ దురాప కోప మూనుట
చదురా? తెగరాని చోట సైరణ తగదా! 168

క. ద్రోణాచార్యుల శిష్యుఁడు
బాణాసన నిపుణుఁ, డరి నృపాలక మకుటీ
శాణాగ్ర తేజితోగ్ర కృ
పాణాంచ ద్భుజుఁ, డతండు ప్రభుమాత్రుండే! 169

ఉ. ఆ పురమర్దనుం డయిన నాతని నడ్డము దాఁకి నిల్వఁగా
నోపఁడు, మత్స్యయంత్రము మహోద్ధతి నేసి స్వయంవరంబునన్
ద్రౌపదిఁ గైకొనన్ జెనకు రాజకుమారుల పా టెఱుంగమే?
మూఁపులు మూఁడగున్ చమూపులఁ గన్నపు డక్కిటికిన్. 170

ఉ. మాలిమి లేదు గాన ననుమానము నా మదిఁ దోఁచె నప్పుడే;
బాలిక సేవసేయఁ బనుపన్ వలదంటిని గాదె? దాని కే?
మీలువు కల్గు మేనమఱఁ దింతకు నాతఁడు; నైన దైనదే!
లోలత నింక నాగవలి లోపల నిష్ఠుర మేల పల్కఁగన్? 171

ఉ. క్రీడిసమాను లెంచఁ గలరే యిల తేఁడులలోనఁ? దూలఁ బో
నాడఁడు వైరినైన, విడనాడఁడు నెయ్యము; కోపగించియున్
జూడఁ గలట్టివాఁడు; సరసుండు; సుభద్రకు హర్ష వార్ధిలో
నాడఁగ, నంతకంటె ననువైన వరుం డిఁక నెవ్వఁ డివ్వలన్? 172

ఉ. నమ్మినవారు పాండు నృపనందను; లందఱిలోనఁ బెద్దగా
మిమ్మె గణించు ధర్మజుఁడు; మీ రటకున్ విజయంబు సేయ వే

గ మ్మెదు రేఁగుదెంచి గడుఁ గన్నులఁ గప్పుకొనుం, బదుం' డనన్
దమ్మునిమాట యన్న జవదాఁటని యన్న ససంభ్రమంబుగన్. 173

మ. గజ కంఖాణ శతాంగ పత్తి బల వర్గంబుల్ సమగ్రంబు లై
భజియింపన్ బితృ పుత్ర పౌత్ర సుహృ దాప్తశ్రేణి గూడన్ బ్రియా
నుజుఁడున్ దాను సమస్త వస్తు ధన సందోహంబుతో వచ్చె స
ర్వ జనానంద కరంబు గాఁగ నటు లింద్రప్రస్థమున్ జేరఁగాన్. 174

ధర్మరాజు బలరామాదుల సగౌరవముగ నెదుర్కొనుట

ఉ. అంతకు మున్నె కృష్ణుఁడు హలాయుధుఁ దోడ్కొని వచ్చుచున్న వృ
త్తాంత మెఱింగి, రీవి మెఱయన్ నగరిం గయిసేయఁ బంచి, య
త్యంత వినీతి ధర్మజుఁడు తమ్ములుఁ దా నెదురేఁగి రేవతీ
కాంతునకుం బ్రణామములు, కాన్కలు సేసి యథాక్రమంబునన్. 175

మ. చెలువం దెచ్చుచునుండి యీసున సునాసీరాత్మజుం దమ్మహా
బలమున్ జేరఁగఁ బోరు మేదుర దురాప క్రోధముం బాసి, లో
నలరం గౌఁగిటఁ జేర్చె శంభుజ భుజాహంకార రేఖా నిర
ర్గళ మార్గ ప్రబలున్ బ్రలంబహు బహూకారంబుగాఁ బల్కుచున్. 176

ఉ. బావ యటంచు వావి నడుపన్ భయభక్తుల మ్రొక్కవచ్చు న
ద్దేవకిపట్టి ధర్మజుఁ డతిత్వరితమ్ముగఁ గ్రుచ్చియెత్తి, త
ద్భావ మెదన్ గుదుర్పడఁగఁ దార్చిన భంగిఁ గవుంగిలించి 'మా
కీవ గదయ్య సర్వశుభ హేతువు నిచ్చలు' నంచు నెంచుచున్. 177

తే. కెదల బలరామకృష్ణులు నడుమఁ దాను
భద్రదంతావళము నెక్కి పాండవేయ
ముఖ్యుఁ డతి రాజసంబున మువ్వెలుంగు
పోలికఁ బొసంగ వచ్చెను బ్రోలి కపుడు. 178

ఉ. అంతిపురంబులో నరిగి, అందఱు వందన మాచరింప నా
కుంతికి మ్రొక్కి, భక్తిఁ దమకున్ బ్రణమిల్లిన ద్రౌపదీసతిన్

స్వాంతము రంజిలన్ బలికి, శ్యామ హరి త్వరిధాను లొప్పి ర
తంతకు నిష్టబాంధవ సమాగమ సౌఖ్యమునన్ జెలంగుచున్. 179

క. 'దొర వెట్టిన హరు వెట్టిదొ
యరు, దాహో! విడుదు లున్న హవణిక లులుపా
పరిధవము నింద్రభోగమె
దొరకెను దమ' కనని వారు తుది లే రొకరున్. 180

క. వీయమువారికి నిట్లు ద
వీయముగా నుండి వచ్చు విపుల శ్రమముల్
దీయ ముదం బొనరిచి కడుఁ
దీయము కనిపింపఁగా యుధిష్ఠిరుఁ డనియెన్. 181

క. 'చనవున బలిమిన్ గన్నియఁ
గొనివచ్చి వివాహ మౌటకు స్వతంత్రులఁగా
నొనరించినార మము; ని
ట్లనుకూలత గల్గు బంధు లవనిన్ గలరే? 182

తే. ఆదినారాయణుం డీ మురాసురారి;
యురగకుల భూషణుండ వీ వరసి చూడ;
నిట్టి మీ బాంధవము గల్గ నెట్టి తపము
సేసినార మొకో మేము సీరపాణి!' 183

బలరాముఁడు సుభద్రార్జునుల వివాహము నతి వైభవముగ జరిపించుట

చ. అని ప్రియభాషణంబుల మనోబ్జము రంజిలఁజేయ సంభ్రమం
బున హలి సర్వ సన్నహనమున్ దగ ని ట్లెదురేఁగి పెండ్లి సే
సిన దొర యెందు లేఁడనఁగఁ జెల్లెలి, ముద్దు మఱందిఁ గోరికల్
పెనఁగొనఁ బెండ్లి కూఁతుఁగను, బెండ్లి కుమారుఁగఁ జేసి వేడుకన్. 184

సీ. సకల వాద్యములు బోరుకలంగ నెడ మీక
నలుఁగులు నులుపాలు నడుచుచుండ

నిఖిల బాంధవ రాజ నికరంబు మేలైన
యుడుగరల్ గొని వచ్చి పొడగనంగ
నాశ్రిత విద్వ త్కవి శ్రేణులు యథేష్ట
సంభావనలఁ జాల సంభ్రమింప,
విందులఁ గర్పూర వీటి కాంబర వసం
తముల నెల్ల జనంబు తనివి నొందఁ

తే. ప్రియము, వినయంబు, తాల్మి, యోపికయుఁ గల్గి
యచ్యు తాగ్రజ భీమసే నాగ్రజన్ము
లెంతటి మహాత్ము! లని జగం బెన్నఁ జేసి
రుచిత గతి నొప్ప వైవాహి కోత్సవంబు. 185

ఉ. అంతట నైదు నాళ్లును మహామహిమం దగి దంపతుల్ గృహా
భ్యంతర దేవ తార్య నతు లై తన కర్మిలి మ్రొక్క రుక్మిణీ
కాంతుఁడు వల్కె లే నగవు క్రమ్మఁగ, 'మీ రిటు లెల్ల కాలమున్
మింతురు గాక శోభనము మీఁదనె శోభనమై ముదంబునన్!' 186

క. అని దీవించిన లోలో
ననె ముసిముసి నవ్వు లొలయ న మ్రానను లై
తనరిరి, వా రా మాటకు
పున రభివాదనము చేయు పోల్కి జనింపన్. 187

చ. తొలఁకెడు ప్రేమ బందుగులతో మణిపాత్రిక లందు నప్పు డు
జ్జ్వల దమృతాన్నముల్ కొలము సామికి నప్పన గాఁగఁ బందు వె
న్నెల బయలన్ భుజించి, నెఱ నీ టెసఁగన్ సగపాలు గంబురా
గులికిన కమ్మవీడె మొక కోమలి యీఁ గొని క్రీడి వేడుకన్. 188

పడుకటింటి చక్కందనము

ఉ. చందురు ఱాతి బాగడపు జంట బవంతి వెడంద యంకణం
పుం దగు లూని పార్శ్వమున బొల్పగు పల్వగ కెంపుటంచుఁడా

కుం దెలి గుండు కంబముల క్రొంజిగి బోదెల నందగించి, పై
సందులఁ బంచవర్ణ మణిజాలకముల్ రహిఁ జూప లోపలన్. 189

ఉ. బంగరు మేలి కంబములఁ బాటిలు వాటపు మధ్యరంగ, మా
చెంగట జీవరత్నముల చెక్కడపుం బని మించు సెజ్జ యి
ల్ముంగల వజ్రపుంబలుక లోవఁ బొసంగిన నొప్పు చప్పర
మ్ముం గల భావచిత్ర నవమోహన కేళిగృ హాంతరంబునన్. 190

చ. కెలఁకుల వజ్రముల్, నడుమఁ గెంపులు, మూలల ముత్తెముల్, పర
స్థలములఁబచ్చలున్ దగిన తాపడపుం బనిహర్వు నందమున్
వెలయఁగఁ దేరి చూడఁ గడు వింతయుఁ గోటికిఁ గోటియైనను
న్విలువ యొనర్పరాని యొక నిద్దపు మంచముపై వసింపఁగన్. 191

ఉ. గోవ జవాది కస్తురియుఁ గుంకుమ గందము పైఁడి గిన్నెలన్
దావి బుగుల్కొనన్ గెలనఁ దార్చిరి, పంజర కీర శారికల్
'దేవ! పరాకు సామి!' యని తెల్పఁగ రత్నపుఁ గీలుబొమ్మలే
కావలె గొంద అందు నుడిగంపు టొయారపు ముద్దుజవ్వనుల్. 192

క. అందలి కెందలిరుంబోం
డ్లందలి కందళిత శుక ముఖాలాప రసం
బందలి నుందలిమంబులు
నందలి పొం దళఁపు తెరలు నవలం గలవే? 193

ఉ. చక్కఁదనంబు లెల్ల నొక చక్కినె దొంతరగాఁగ నిల్పెనో!
యెక్కడఁ జూడఁ జూడ్కి కదియే విడిపట్టగుఁ, జూడఁ జూడఁగా
మిక్కిలి వింతయై మెఱయు మెచ్చులకున్ నెల వీ దొకింత య
మ్మక్క! గణింపఁగాఁ దరమె యా పడుకింటి విలాససంపదల్? 194

తే. ఉండె నరపతి యందు మే నుబ్బుచుండ
నఖిల సామ్రాజ్య మేలిన యంత వేడ్క;
రమ్య మగు నిల్లు, మేలైన రాజముఖియుఁ
గలిగె నఁట! యంతకన్న భాగ్యంబు గలదె! 195

క. అంతటఁ బ్రౌఢ సఖీతతి
కాంతామణిఁ గాంతు కడకుఁ గదియించుటకై
వింతగ మోమునఁ జిఱు నగ
వింత గనంబడఁగ ముదిత హృదయాంబుజలై. 196

సీ. 'జడకుచ్చుఁ గై సేయు; ముదువు చేడియ! విరుల్
వేనలి వట్టిన వీడకుండఁ,
జేర్చుక్క, సఖి! యింద తీర్చుము తిలకంబు
కస్తూరి చెమటచేఁ గరఁగకుండఁ;
గౌనుజంట అవికఁ; గుంకుమగందమలఁదు మో
చెలి! యెంత యొరసినఁ జిటులకుండ;
మొలనూ లిదిగొ బోటి! చలువ పొందుగఁ గట్టు
సయ్యాటలనె నీవి సడలకుండ;

తే. తరుణి కివి యిచ్చుఁ గద మెచ్చుఁ దప్ప' దనుచు
నేరుపరు లైన వారిగా నేఱుపఱుపఁ
గాంత నవ సంగమార్హ శృంగార విభవ
లీల నలరించి రా జవరాలి నపుడు. 197

క. 'తడ వేటికి? లే జవ్వని!
విడె మీవలెఁ బతికి; మంచి వేళ సుమీ యి
ప్పుడు; రా కన్నియ! వల్లభు
కడఁ బెనఁగుదు గాక; పెనఁగఁగా నిటఁ దగునే? 198

నెచ్చెలులు సుభద్రకు హితము బోధించుట

సీ. ప్రియముతో రమ్మని పిలిచినఁ జేరఁ బో
యెదవు గా కూరకుండెదవు సుమ్ము;
చెంతఁ గూర్చుండఁగఁ జేఁ జూపఁ గూరుచుం
డెదవు గా కూరకుండెదవు సుమ్ము;
విడెము చేతి కొసంగ వినయంబుతోడ నం
దెదవు గా కూరకుండెదవు సుమ్ము;
మధురోక్తి వినఁ గోరి మాటాడ మాఱు వ
ల్కెదవు గా కూరకుండెదవు సుమ్ము;

తే. కాక విభుఁ డైనఁ గొంత సిగ్గరితనంబు
కడలుకొని యున్న గ్రక్కునఁ గడకు రాక
చక్కఁగ నొకింతసే పటు సమ్ముఖమున
నిలువుమీ రత్నపాంచాలి చెలువు మీఱి. 199

క. అనవలసి యంటి మింతే;
నినుఁ జూచిన నింద్రతనయునికి, నింద్రతనూ
జునిఁ జూచిన నీకును మఱి
మన సూరక యున్నె పూర్ణిమా చంద్రముఖీ! 200

సీ. చిలుక నీచేఁ గాక చెలి చేత నుండదే,
నిమిరి యిప్పుడె మాట నేర్ప వలెనె?
యెదుట గొసెన వేయ కిడినారు తెమ్మని
వీణ యిప్పుడె మేళవింప వలెనె?
పటము కానుకఁ దెచ్చి పట్టిన నిప్పుడే
చిత్తర్వునకు హర్వు చెప్ప వలెనె?
మంచి మాటలు తోఁచె నంచును బలకలో
నిప్పుడె కవిత వ్రాయించవలెనె?

తే. గంట చెప్పినవారిఁ గ్రేఁగంటఁ గనెదు;
లెండు పోద మటన్న న టుండు మనెదు;
వడిగ రావమ్మ; కంచియే పడుకటిల్లు?
కన్నియలఁ గంటి; మిటు లెందుఁ గానమమ్మ! 201

ఉ. ఎక్కడ నైన వేడుకమెయిన్ శుభవేళలఁ బాను పెక్కుచో
నొ క్కిసుమంత సిగ్గుపడుచుండెడు లేజవరాండ్రు లేరొ? యో
యక్క! యిదేమి? యింత గలదా? మఱి రే పిటువంటివారె పో
దక్కఁ బెనంగువారలు సదా మగనిన్ బిగి కౌఁగిలింతలన్. 202

ర. ఏకతమునఁ జెప్పుదుమో?
కా కందఱు వినెడు నట్లుగాఁ జెప్పుదుమో?

మా కొక్కటి తోఁచిన యది
నీ కెక్కడఁ గోప మగునా నీరేజముఖీ! 203

ఉ. కేవల భక్తితో నచటఁ గేలి వనంబున నీవు సారెకున్
సేవ లొనర్చుచోఁ గలుగు నే కత, యేకత నిందు వచ్చుచోఁ
ద్రోవల నిల్తురే కత; వధూవరు లిద్దఱు నొక్క టైనచో
నే వగఁ బాఱునో మనసు లెవ్వ రెఱుంగుదు రమ్మ జవ్వనీ! 204

ఉ. వేగిరకాఁడు మన్మథుఁడు, వెన్కను ముందును జూడఁ; డంతకున్
వేగిరకాఁడు వీ విభుఁడు; వీరిఁ గటాక్షములందె యేలఁ జా
ల్వేగిరకత్తె వీ; వుచితలీలఁ దలంతువొ? వేళ యెంతువో?
యీ గరువంపుసిగ్గు లపు డెక్కడ నుండు సరోజలోచనా! 205

ఉ. కన్నెఱ సేసి చూచిన, మొగ మ్మటు ద్రిప్పినఁ, జే విదిర్చినన్
గన్నుబొమల్ ముడించినను, గాదన; మందుల కేమి? మున్ను మీ
రున్న తెఱంగు, నంగకము లున్న తెఱంగుఁ దలంచి చూచినన్
గన్నియ! మాకు నమ్మికలు కావు సుమీ పదిలక్ష లేనియున్. 206

తే. ఆయెఁ, గాకుండె, మంచిదే! యందు కేమి?
కొంతసే పిటు నవ్వితి మింతె మేము;
చాలు నిఁక నైన జా గేల? సరసములనె
ప్రొద్దు పోయెడుఁ! బదవమ్మ ముద్దుగుమ్మ!" 207

చ. అని కయిదండ యొక్క మృదు హల్లకపాణి యొసంగ, నొక్క మో
హన నవ మౌక్తికోపమ నఖాంకుర పాపటఁ జక్క దువ్వ, శో
భన శకునమ్ము లొక్క కలభాషిణి ముందరఁ దెల్ప, మందగా
మిని యనుటెల్ల నప్పు డినుమిక్కిలిగాఁ దనయందు నిల్వఁగన్. 208

ఉ. తాలిమిఁ గ్రుంగఁ ద్రొక్కి, మదిఁ దత్తఱమున్ దమియున్ భయంబు హే
రాళము గాఁగ, మైఁ జెమట గ్రమ్మఁగఁ, గొంకుచు, మెల్ల మెల్లనే
బాలిక యేఁగుదెంచె విభుపాలికిఁ బ్రాణ సఖుల్ దెమల్పఁగా
నేలిక మ్రోలకున్ మనవి కేఁగెడు న య్యభిమాని పోలికన్. 209

సుభద్రార్జునుల శృంగార విలాస కృత్యములు

ఉ. చంచలనేత్ర రాఁ గలుగు సంభ్రమ మే మనవచ్చు! వాసనల్
ముంచుకొనెన్ సమస్త గృహముల్; మిఱుమిట్టులు గొంచు నల్గడల్
ముంచుకొనెన్ దనూ రుచులు; ముంగిటి కించుక రాక తొల్తనే
ముంచుకొనెన్ నృపాలునకు మోహపుఁ గోర్కులు నెమ్మనమ్మునన్. 210

తే. మఱుఁగఁ గోరెడి కన్నియ తెఱఁగుఁ జూచి
చూడఁ గోరెడి యువరాజు జాడఁ జూచి
వలఁతు లయినట్టి యా కూర్మి పొలఁతు లపుడు
కూర్చి, సమకూర్చి, యిరువురఁ గూర్చి యనిరి. 211

తే. 'తేరు తా నెట్లు గడపెనో తెలియరాదు!
తేరు కదలించునట్లు తోతేర వలసెఁ;
గన్నె యిందాఁక నే మెఱుంగదు సుమయ్య!
తేరుగడ కాఁగ మెల్లన దిద్దుకొనుము. 212

క. పాటల బింబాధర కసి
గాటుల కోప దని పలు వగలఁ దెలుపంగా
నేటికి? నెఱింగి నడుపుము
మీటిన విచ్చు చనుదోయి మీ చేతి దిఁకన్. 213

తే. మీర లెఱుఁగంగ వలయు శృంగార మెల్ల
యువతి తిలకంబుఁగంటె, నో నవ మనోజ!
విభుఁడు మది మెచ్చి కర్పూరవీటి యొసఁగ
ముద్దుమొగ మెత్తరాదె యో మోహనాంగి! 214

క. వలరాజు కొల్చునంతటి
చెలువుఁడు నినుఁ గూడఁ గలిగె; జెప్పెడి దేమీ?
కలఁ డిఁక నీ పాలింటన్
జెలియా! యల చందమామ జేజే యెపుడున్. 215

క. రావక్క! వక్క లాకులు
కోవక్క! శుభోత్తరముగ గొబ్బున విభుచే
నీ వక్క! సేవ చేయుము
నీ వక్కఱ కలిగి రమణునికిఁ జిత్తము రాన్.' 216

తే. అనుచుఁ గప్పుర బాగాలు, నాకు మడుపు
ల చ్చకోరాక్షిచేతి కందిచ్చి, మిగుల
నంతికము చేర్చి 'చేపట్టు మయ్య! కోర్కు
లొదవఁగాఁ జేయ నా సామి యువతి శయము.' 217

క. అని కన్నియ హస్తాబ్జముఁ
దన శ్రీ హస్తమునఁ జేర్పఁ దాత్పర్యమునన్
గొని, యా మాటల చతురత
మనమున మెచ్చుకొను రసికమణి వేమాఱున్. 218

చ. 'కలయఁగ మంచి లగ్న మిది; గట్టిగ నే గడె లెన్ని యయ్యెనో
తెలిసెద' నంచు నోర్తుఁ, 'జనుదేర నదే?' మని యోర్తు, 'నెచ్చెలిన్
బిలిచెద' నంచు నోర్తు, నొక పేరిడి వా రిటు లేఁగి రంద; ఱ
చ్చెలియల వెంటనే సగము సిగ్గరిగెన్ దరుణీలలామకున్. 219

ఉ. పంచ శిలీముఖంబులును, బచ్చని విల్లును బూని యెక్కు సం
ధించుచు నిర్వరం బెనఁచి నెమ్మిఁ గరంచు కడంక చూడుమీ
యంచు గవాక్షసీమ నపు డా యెలతెమ్మెరఁ గూడి వేడుకన్
బొంచులు సూడఁగాఁ దొడఁగెఁబో మకరాంకుఁడు గానకుండఁగన్. 220

తే. పతియు సతి కేలు పట్టిన పట్టు విడక
పెడమఱల వామ కరమునఁ బిఱుదుఁ జుట్టి
పట్టి రా నీడ్చి కూర్చుండఁ బెట్టె నపుడు
తొడ తొడయుఁ దాఁకఁ దమి సిగ్గుఁ గడకు నూక. 221

సీ. నెఱి కొప్పుఁ గొన గోర నిమిరిన యంతనే
 తళుకు లే ముద్దుఁ జెక్కిలి చెమర్చెఁ;
దళుకు లే ముద్దుఁ జెక్కిలి నొక్కినంతనే
 వలి గుబ్బ చనుఁగవ పులకరించె;
వలి గుబ్బ చనుఁగవ నలమిన యంతనే
 నతనాభి నీవి బంధంబు ప్రిదిలె;
నతనాభి నీవి బంధము నంటి నంతనే
 తను వెల్లఁ బరవశత్వంబు నొందె;

తే. నవలఁ జెప్పెడి దేమి! యా నవ రసికుఁడు
తావి చెంగావి చక్కెర మోవి గ్రోలి
కుసుమ శరుకేళి నే మేమి గుఱుతు లిడెనొ!
బాల యెఱుఁగదు సౌఖ్యాబ్ధిఁ దేలు నపుడు. 222

క. గాఢాలింగన విముఖము
రూఢాంగ స్వేద భరము, రుంద్ర వ్రీడా
గూఢాపాంగము నగుచు న
వోఢా సంగమము వేడు కొసఁగెన్ బతికిన్. 223

సీ. వీఁగు కొప్పున సాము విరి దండ వెలిఁ గ్రమ్మఁ
 గమ్మ కస్తురి బొట్టు చెమ్మగిల్లఁ
దనువున మే ల్పూఁత తావి మాత్రమె చిక్కఁ
 జిక్క చన్గవ సరుల్ చిక్కువడఁగ
నొసలిపై ముంగురుల్ ముసరి ముద్దు నటింపఁ
 జూ పంతకంతకు సొలపుఁ జూపఁ
జిన్నారి చెక్కులు చెమటఁ జిత్తడి నంద
 నందంద యూర్పులు సందడింప

---

1. కప్పు నను కొప్పు

తే. నపుడు సమ్మతి పతి వేఁడ ననఁగి పెనఁగి
లోను గాకుండియు మృగీ విలోల నయన
యతని నానందవార్ధి నో లార్చె; నౌర!
కలయికలఁ గల్గు హరువుల కలిమివలన! 224

తే. నొక్కి పలు మొనఁ బలుమొన నొక్క నేర్చె;
యంటి గోరులచేఁ గళ లంట నేర్చె;
చొక్కి బిగి కౌఁగిలింతలఁ జొక్క నేర్చె;
చెలువుఁడు నవోఢఁ! బ్రౌఢఁగాఁ జేసె నపుడు. 225

సీ. జిలిబిలి వలినాలి మొలక తెమ్మెరలు గ
మ్మని మేని తావుల ననుసరింప
నలరుఁ దేనియ లాని యలరు తుమ్మెద దిమ్ము
జంటచూపుల వెనువెంటఁ దిరుగఁ
జిగురాకు మేఁతలఁ బొగ రొందు కోయిలల్
పాటల నీటు వెంబడి మెలంగఁ
గుల్కుఁ బల్కుల ముద్దు గుల్కు చిల్కల నేర్పు
పలుకుల బెళుకుల పజ్జ నిలువ

తే. సతియుఁ బతియును నారామ తతుల నతుల
రతులఁ బెనఁగిరి చతురత లతిశయిల్లఁ
దొలుతఁ దము నేఁచు వారలె కొలిచియుండు
వేడ్క కన్నను మఱి వేఱె వేడ్క గలదె? 226

క. నెల మసలె నంతఁ గాంతకు;
నెలకొనె వేవిళ్లు; పెల్లు నిద్దపు మేనన్
దలతల మని మెయి పూఁతలఁ
దళతళఁ దళుకొత్తఁ గ్రొత్త ధవళిమ దోఁచెన్. 227

సీ. కలదు లేదో యను కౌను కానఁగ నయ్యె;
  తెప్పల నలసత కప్పుకొనియెఁ;
గులుకు జన్నుగుబ్బలు వలుదలై మెఱుఁ గెక్కె;
  నూఁగారుపైఁ గప్పు నూలుకొనియెఁ;
జెక్కుటద్దంబుల నెక్కొనెఁ దెలి నిగ్గు;
  బడలిక నడుపులఁ గడలు కొనియెఁ;
జిట్టూట చెమటల చిత్తడి మెయి నిండె;
  సొరెకు నూర్పులు సందడించె;

తే. నరుచి గన్పించె; నొక చెల్వ మంకురించెఁ;
దరులు సమ మయ్యెఁ; జిట్టుముల్ దఱచు మీఱె;
మొలచెఁ గోర్కులు; నెమ్మేన నిలిచె నలఁత
నెలఁత కేర్పడఁ దొలు చూలు నిలుచు నపుడు. 228

కుమారాభ్యుదయము

మ. కలుముల్ కన్నులఁ జిల్కు కల్కి మరునిం గన్నట్టి చందాన, నా
కలశాంభోనిధి వీచి కల్పతరువున్ గన్నట్టి యందంబునన్
గలకంఠీ కులరత్న మంత శుభలగ్నం బందు నిం పొందఁగాఁ
గులదీపం బగునట్టి పట్టిఁ గనె దిక్కుల్ తెల్విఁ బెం పెక్కఁగన్. 229

క. ఋభువిభు సుతునకుఁ దనయుఁడు
ప్రభవించిన సమయమున గుబాలునఁ గురిసెన్
నభమున సుమనోవర్షము
గుభగుభ నినదములు గ్రందుకొనె దుందుభులన్. 230

తే. అపుడు పార్థుఁడు శుభలేఖ ననుప ననుప
మాన విభవుండు శౌరి సమాన మాన
వాధినాథులు కొలువంగ సరుగుదెంచె
నెలమి తోడుత పాండవు లెదురుకొనఁగ. 231

క. హలి సాత్యకితోడఁ గుతూ
హలి యై తన సరస రాఁగ, నంగనయును దా
నల బలరిపు సుతు నగరికి
నలబలము చెలంగ నరిగె హరి కడు వేడ్కన్. 232

క. మన్యు వివర్జితుఁ డల శత
మన్యు తనూభవుఁడు లోక మాన్య విపశ్చి
న్మాన్యుల యనుమతి సుతు నభి
మన్యుం డని పేరు వెట్టె మది ముద మొదవన్. 233

క. చెల్లెలికిని, మఱఁదికి, మే
నల్లునకు ననర్ఘ మణిమ యాభరణంబుల్
వల్లభయుఁ దాను యదుకుల
వల్లభుఁ డపు డొసఁగె బంధు వర్గము మెచ్చన్. 234

తే. కువలయాక్షులు పెనుచు మక్కువల వలన
నేఁటఁ బెరిఁగెడువాఁ డొక్క పూఁటఁ బెరిఁగి
మెల్ల మెల్లన శైశవ మెల్ల జాఱి
నందె యౌవన మా రాజనందనుండు. 235

సీ. మను మార్గమున భూమి మను మార్గ మంతయు
స్థిరబుద్ధి యగు యుధిష్ఠిరుఁడు తెలుపఁ
బాటవవ ద్వైరి పాటన క్రమ మెల్ల
దర వర్జితుఁడు వృకోదరుఁడు తెలుప
రంగ దుత్తుంగ తురంగాధిరోహ ము
ద్దండబాహుఁడు నకులుండు తెలుప
సురభి రక్షణ కీర్తి సురభిళ దిఙ్మండ
లుం డగు త దనుజన్ముండు తెలుప

తే. వివిధ కోదండ పాండిత్య విలసనంబు
తానె తెలుపంగ నేర్చిన తనయుఁ డెపుడు
సేవ సేయంగ సంతతశ్రీ వెలుంగ
విజయుఁ డలరారె శాశ్వత విజయుఁ డగుచు. 236

ఫలశ్రుతి

క. శ్రీ రాజిలు రఘునాథో
ర్వీ రమణుని పేర వెలయు విజయ విలాసం
బారోగ్య భాగ్య సంప
త్సారస్వత జయము లొసఁగుఁ జదివిన, వినినన్. 237

ఉ. క్ష్వేళ గ ళైణ లాంఛన విజిత్వర శుభ్ర యశోవిశాల! ధా
రాళ గళ న్మద ద్విరదరాజి విరాజి సభాంగణా! ఘనా
వేల గరిష్ఠ దాన పదవీ పరితోషిత కాళ గౌతమీ
చోళ కవి ద్విజ స్తుతివచోలగ! చోలగ మాన భంజనా! 238

భుజంగప్రయాతము

అరాతి క్షమాభృ ద్భిదాంచ త్కృపాణా!
నరాధీశ్వ రాకార నాళీక బాణా!
స్థిరానందనా! రామ సేవా ధురీణా!
విరా చ్చతుష్షష్టి విద్యా ప్రవీణా! 239

గద్యము

ఇది శ్రీ సూర్యనారాయణ వరప్రసాద లబ్ధ ప్రసిద్ధ సారస్వత సుధాసార జనిత
యశోలతాంకూర చేమకూర లక్ష్మణామాత్య తనయ వినయ ధురీణ
సకల కలాప్రవీణాచ్యుతేంద్ర రఘునాథ భూపాల దత్త
హస్త ముక్తాకటక విరాజమాన వేంకట కవిరాజ
ప్రణీతంబయిన విజయవిలాసంబను
మహాప్రబంధంబునందు
తృతీయాశ్వాసము
సంపూర్ణము

ఎమెస్కో సంప్రదాయ సాహితి

1. మనుచరిత్రము
2. వసుచరిత్రము
3. ఆముక్తమాల్యద
4. పాండురంగ మాహాత్మ్యము
5. శృంగార నైషధము
6. పారిజాతాపహరణము
7. శ్రీకాళహస్తి మాహాత్మ్యము
8. ప్రభావతీ ప్రద్యుమ్నము
9. విజయ విలాసము
10. హర విలాసము
11. శృంగార శాకుంతలము
12. మొల్ల రామాయణము
13. వైజయంతీ విలాసము
14. కళాపూర్ణోదయము - 1
15. కళాపూర్ణోదయము - 2
16. బిల్హణీయము
17. అహల్యా సంక్రందనము
18. రాధికా సాంత్వనము
19. శశాంక విజయము
20. క్రీడాభిరామము
21. అనిరుద్ధచరిత్ర